கரணமே!
கண்ணாயினார்

பரதநாட்டியத்தின் உச்சமான சிவபெருமான் ஆடிய 108 கரணங்கள் –
அதன் சிறப்புகள் குறித்து கோட்டோவியம் வழியே விரிவாக விவரிக்கிறது இந்நூல்

பெருந்தச்சன் – **கோ. வீரபாண்டியன்**

சத்யா

Title:
Karaname Kannayinaar
© Ko.Veerapandian

ISBN:

நூல் தலைப்பு
கரணமே கண்ணாயினார்

நூல் ஆசிரியர்
© கோ.வீரபாண்டியன்

முதற்பதிப்பு
ஜுன் 2022

விலை : ₹ 500

பக்கம் : 328

Printed in India

Published by

Sathyaa Enterprises
No.137, First Floor,
Choolaimedu,
Chennai - 600 094.
044 - 4507 4203
Email
sathyaabooks@gmail.com

என்னுரை

தொன்மைக்கால மாந்தர்கள் தாங்கள் கண்டதை கேட்டதை ஓசைகளிட்டும் சைகைகள் செய்தும் ஒருவருக்கொருவர் பரிமாறிக் கொண்டனர். எனவே இயல்பாகவே நளிநயங்கள் மாந்தரிடம் தோன்றின. மேலும் விலங்கு நிலையில் இருந்து உயர்ந்து இருந்ததால் உணர்ச்சிகளைக் கொண்டவர்களாகவும், மகிழ்ச்சி ஏற்படும்போது தன்னை மறந்து கூத்தாடுகின்றவர் களாகவும் இருந்தனர்.

மாந்தரின் மகிழ்ச்சி, வருத்தம் போன்ற நிலையில் பலவித ஒலிகளையும் எழுப்புகிறான். அவை காலப் போக்கில் மொழியாய் வளர்ச்சி பெற்றன. கத்திக் கூத்தாடும்போது பிற பொருட்கள் மூலம் ஏற்படுத்தப் படும் ஓசைகள் இசையாய் வளர்ச்சி பெற்றன. எனவே கூத்தும், இசையும் ஒருங்கே வளர்ச்சி அடைந்தன.

கி.மு. 3 நூற்றாண்டுகளுக்கு முன்பே தமிழரிடையே பல்வேறு கூத்துகள் இடம் பெற்றுள்ளன. தொல் காப்பியம் இக்கூத்துகளைக் குறிப்பிடுகின்றது. ஆய்ச்சியர் கூத்து, குரவைக் கூத்து, வேட்டுவக் கூத்து, உரிக்கூத்து போன்ற பொதுக் கூத்துகளும், வேலன் ஆடும் (கந்தன்) வெறிக் கூத்து, வெற்றி பெற்ற வீரர் தான் பெற்ற மலரைக் கொண்டு ஆடும் கருங்கூத்து, வெற்றியைப் பாராட்டும் மகளிர் ஆடும் வள்ளிக்கூத்து,

வீரக்கழல் பூட்டிய வீரர்களோடு மகளிரும் ஆடும் கழனிலைக் கூத்து போன்ற போர் வெற்றியைக் கொண்டாடும் கூத்துகளும் கூறப்பட்டுள்ளன.

தமிழர்கள் நிலங்களை ஐந்து வகையாக பிரித்து அந்நிலத்தின் இயல்புக்கேற்ப வாழ்ந்தனர். எனவே நிலம் சார்ந்த கூத்துகளும் அந்நாளில் இடம் பெற்றுள்ளன. குறிஞ்சி நில மக்கள் ஆடும் கூத்தை குன்றக்குறவை அல்லது குரவைக் கூத்து என்பர். முல்லை நில மக்கள் ஆடியக்கூத்து, ஆய்ச்சியர் கூத்து என்பர்.

துளக்கை என்றும் ஒருவகை கூத்து இருந்தது. இது மடக்கிய இரு கைகளையும் விலாவில் ஒற்றி வைத்துக் கொண்டு அசைந்தாடுதல் ஆகும் என்பர்.

பழந்தமிழகத்தில் நாட்டியமாடும் (கூத்தாடும்) பெண்களை விறலியர் என்பர். இவர்கள் பாணருடனும் கூத்தருடனும் சேர்ந்து ஆடுவர். இவ்விறலியர்களே பின்னர் ஆடுமகள் என்றும் பெயர் பெற்றனர். இத்தகைய விறலியர் சங்க காலத்தில் பலர் இருந்தனர் என்பதைத் தொகை நூல்களில் காணலாம்.

சங்க காலத்தின் கடைப்பகுதியான சிலப்பதிகாரத்தில் கூத்து என்னும் சொல் நாடகம் என்றும் பெயர் பெற்றது. விறலியர், கூத்த மகளிர் என்றழைக்கப் பட்டனர். நாடக மகளிர் எனப் பெயர் பெறுவதற்கு மாறுவதற்கு காரணம் ஆரியர்கள் தமிழ்நாட்டில் ஊடுருவியதே என்பாரும் உளர்.

சிலப்பதிகாரத்தில்,

குழல்வழி நின்றது யாழே ; யாழ்வழித்
தண்ணுமை நின்றது தகவே ; தண்ணுமைப்
பின்வழி நின்றது முழவே ; முழவொடு
கூடிநின் றிசைத்த தமந் திரிகை...
யாமத் திரிகையோ டமந்தர மின்றிக்
கொட்டிரண் டுடையதோர் மண்டில மாகக்
கட்டிய மண்டலம் பதினொன்று போக்கி
வந்தமுறையின் வழிமுறை உழுவாமல்...

என்னும் பாடல் வரிகள் நாட்டிய மகள் உருவாக்கும் ஆடல் ஆசிரியர், இசையாசிரியர், தண்ணுமை ஆசிரியர், குழலாசிரியர், யாழ் ஆசிரியர் என முழுப் பயிற்சி பெற்ற ஆசிரியர்கள் ஒருங்கிணைந்ததே நாடகம். இத்தகைய நாடகத்தையே மேற்கூறிய பாடல் கூறுகின்றது. இதன்வழி மாதவியாடினாள் என்பது வரலாறு. மாதவி யாடிய பதினொரு ஆடல்கள் இங்கு நோக்கத்தக்கது.

1. கொழுகொட்டி ஆடல்
2. பாண்டரங்கக் கூத்து
3. அல்லியத்தொகுதி
4. மல்லாடல்
5. துடிக்கூத்து
6. குடைக்கூத்து
7. குடக்கூத்து
8. பேடிக்கூத்து
9. மரக்கால் ஆடல்

10. பாவை ஆடல்

11. கடையம்

என்பன. இவை ஒவ்வொன்றும் ஒரு குறிப்பிட்ட கதையைக் கூறும், மாட்டுமறி சாக்கைக் கூத்து என்னுமொரு ஆடலும் அக்காலத்தே இருந்தது.

பின்னர் ஐந்தாம் நூற்றாண்டு வரை களப்பிரர் ஆட்சியில் இக்கலை எப்படி இருந்தது என்பதை அறிய முடியவில்லை. களப்பிரர் காலத்திலும் வைதீகர்கள் கோயில்களில் ஆடல் நிகழ்ச்சிகளை நடத்திருக்கலாம். கூத்துக்கலை மேலும் வளர்ச்சியும் அடைந்திருக்கலாம். எனவேதான் பின்வந்த பல்லவர், முற்கால பாண்டியர் ஆட்சிக் காலத்தில் மிகச் சிறப்பான ஆடல் காட்சிகள் கொண்ட இறை சிற்பங்கள், ஓவியங்கள் படைக்கப் பட்டன.

களப்பிரர் ஆட்சி முதல் பல்லவர் ஆட்சி வரையுள்ள நூற்றாண்டுகளில் தமிழில் இருந்த நாட்டிய நூல்கள் அழிக்கப்பட்டன. வடமொழியில் தப்பும் தவறுமாக மொழி பெயர்க்கப்பட்டன. ஒரே வகை நடனத்தை ஒவ்வொரு ஆசிரியரும் ஒவ்வொரு விதமாக எழுதினர்.

பல்லவர்களின் வீழ்ச்சிக்குப் பின் சோழப் பேரரசு எழுந்தது. தமிழுக்கும், கலைகளுக்கும் புதிய பொருள் பாய்ச்சப்பட்டது என்றாலும் பார்ப்பனர்களின் வழியும், போதனைகளும் கலைகள் மொத்தம் ஒட்டு மொத்தமாக பார்ப்பனியமாக மாற்றப்பட்டது. இக்காலத்தில் தான் அங்கொன்றும் இங்கொன்றுமாக

இருந்த ஆரியக் கூத்து பரவலாக்கப்பட்டது. இருப்பினும் தஞ்சைப் பெரிய கோயிலில் தமிழ்ப் பாடல்களோடு தமிழ்க் கூத்து களும் ஆடப்பெற்றன என்பதை கல்வெட்டுச் சான்றுகள் மூலம் அறியலாம்.

நால்வரின் தமிழ்ப் பாடல்களைப் பாட தளிச்சேரிப் பெண்களாகிய தேவரடியார்கள் ஆடினர் என்பதற்கான கல்வெட்டு சான்றுகள் உண்டு. மேலும் தஞ்சைப் பெரிய கோயிலிலும், தஞ்சை ஆட்சியின் பிற கோயில்களிலும் தேவதாசி (தேவரடியார்) பலர் இருந்தனர் என்றும் அவர்களின் 60க்கும் மேற்பட்டவர்களின் பெயர்களையும் தஞ்சை பெருங்கோயிலில் கல்வெட்டாய் பதியப் பட்டுள்ளது என்றும் அறிகிறோம்.

சங்க காலம் முதல் சோழர் ஆட்சி வரை விறலியர் எனப்படுவோர் பின்னர் தேவதாசிகளாக்கப்பட்டனர். சோழர்கள், மன்னர்கள் அடிமைப்படுத்திக் கொண்டு வந்த வடபுலப் பெண்கள் இதில் கட்டாயமாக்கப் பட்டனர்.

பிற்கால சோழ, பாண்டியர் காலத்திலேயே விறலியர் என்பாரும் ஆடல் மகளிர் தங்கள் விருப்பமுடன் ஒருவரைக் கணவனாக கொண்டிருந்தாலும், அவர்கள் பிற பெருங்குடி ஆண்களுக்கு உடல் விற்றது தவிர்க்க வியலாததாகியது. இதனால் கருவுற்றுப் பிறந்த குழந்தைகளைத் தம் குழந்தைகளாகவே ஆடல் மகளிரின் கணவர்கள் மனம் ஒப்பி ஏற்றுக் கொண்டனர். பிறந்த குழந்தை பெண்ணாக இருந்தால் ஆடல், இசைக் கலை

யிலும், ஆணாக இருந்தால், இசைக் கருவித் துறையிலும் ஈடுபடுத்தினர். பின்னர் இதுவே ஒரு சமூகமாக மாற்றம் பெற்றது. இதன் விளைவு மிகச் சிறந்த ஆடல் கலைஞர்களும் இசைக் கலைஞர்களும் உருவாகினர்.

பின்னர் ஏற்பட்ட விசயநகரப் பேரரசும், மராட்டிய மன்னர்களும் கலையை வளர்க்கிறோம் என்ற பெயர்களில் கலைஞர்களை மிகக் கேவலமாக மாற்றினர். தமிழ்ப்பாடல்கள் நீக்கப்பட்டு தெலுங்குப் பாடல்களை முன் நிறுத்தினர். உடன் வடமொழிப் பாடல்களும் திணிக்கப்பட்டன. மொழி அறியாமல் இசையையும், ஆடலையும் மட்டுமே மக்கள் விரும்பிப் பார்த்துக் களித்ததோடு ஆடல் பெண்களைக் கபளிகரம் செய்தனர்.

ஆங்கிலேயர்கள் வருகைக்குப் பின்னும் இக்கலை தொடர்ந்தது. விஜயநகரப் பேரரசு வீழ்ச்சிக்குப்பின் அவ்வப்பகுதிகளில் பொறுப்பாளர்களாக இருந்தவர்கள் தங்கள் பகுதிக்குத் தாங்களே மன்னர்கள் என்றும், பாளையக்காரர்கள் என்றும், சமீன்தார்கள் என்றும் கூறிக்கொண்டு ஆட்சி புரிந்ததோடு ஆங்கிலேயர் களுக்கு அடிமைப்பட்டு வரி செலுத்துபவர்களாயினர். அப்படியிருந்த நிலையிலும் கூட இவர்களின் கேவல மான புத்தி மாறவில்லை.

ஆடல் கலைஞர்களை விபச்சாரிகளாகவே கருதினர். தங்களின் சுகபோக அடிமை வாழ்வுக்கு இப்பெண் களை ஆங்கிலேயர்களுக்கும் விருந்தாக்கினர். பின்னர்

தேவதாசி ஒழிப்புச் சட்டம் வந்தபின்னரே வழிவழியாக வந்த ஆடல் மகளிரும், இசைக் கலைஞர்களும் வேறு துறைகளை நாடிச் சென்றனர். தமிழில் கற்பிக்கப்பட்ட தெலுங்கு, சமற்கிருதப் பாடல்களுக்குத் தமிழ்க் கலைஞர்கள் அற்றுப்போன நிலையில் பார்ப்பனர்கள் இக்கலைகளை உயர்த்திப் பிடித்தனர். இவர்களுக்கும் தேவதாசிகளின் நிலை ஏற்பட்டது என்றாலும் அதனைப் பக்குவமாக மறைத்து விட்டனர். எனவே ஆடல், இசை இவை இரண்டுக்கும் மீண்டும் புத்துயிர் ஏற்பட்டது. காலப்போக்கில் பிற சமூகத்தினரும் இக்கலைகளில் தங்களை ஈடுபடுத்திக் கொள்ள இன்று இக்கலைகள் ஏற்றம் பெற்றுள்ளன.

அடிப்படையில் நான் ஒரு பெருந்தச்சன் (ஸ்தபதி) இளமைக் காலம் முதலே பெரியார், காரல்மார்க்ஸ், இலெனின், இசுடாலின், மாவோ ஆகியோரின் கருத்து களால் கவரப்பட்டவன். எனவே இறைவனின் பெயரில் நம்பிக்கை கொண்டுள்ள மக்களை ஏமாற்றும் சிற்ப, கோயில் பணிகளைத் தவிர்த்து விட்டவன்.

சிற்பப் பயிற்சியகத்தில் சேர்ந்தபோது இங்கு இறைச் சிற்பங்கள், கோயிற்கலை இவைகளையே கற்றுத் தருவதால் என் தந்தையாரிடம் இப்பயிற்சி எனக்கு வேண்டாம், என்னை சென்னை ஓவியப் பயிற்சிக் கூடத்தில் சேர்த்து விடுங்கள் என்றேன். அப்போது பூம்புகார் கலைக்கூடப் பணிகள் நடைபெற்று கொண்டிருந்தன. இதனைச் சுட்டிக் காட்டிய என்

தந்தையார், "இங்கே பார் இறைவனுக்கு மட்டுமே பயன்பட்ட சிற்பக்கலை சிலப்பதிகாரம் என்னும் இலக்கியத்திற்கு உருவாக்கப்படுகிறது. எனவே உன் எதிர்காலத்தை நீயே திசை திருப்பிக் கொள்ள சிற்பம், கட்டடக் கலை அடிப்படையாக இருக்கும்" என நம்ப வைத்தார். அதில் உண்மையும் இருந்தது.

பெரியாரின் கொள்கையில் ஈடுபாடுடன் இருந்த நான் இசை, நாட்டியம் குறித்த எந்த அறிவும் அற்றவனாகவே இருந்தேன். என் முதலாண்டு தேர்வுக்கு ஒரு சில நாட்கள் இருக்கையில் செல்வி பத்மா சுப்ரமணியம் அவர்கள் சிறப்பு வகுப்பு எடுக்க வந்தார். நாட்டியத்தின் அடிப்படைகள் சிலவற்றைக் கூறிய நிலையில், "பாவம், ராகம், தாளம் இம்மூன்றின் முதலெழுத்துக்களின் கால்களை நீக்கி விட்டால் அதுவே பரதம் ஆகிறது" என்றார். சிறுவனாகிய நான் உடனே எழுந்து 'கால்களை நீக்கி விட்டால் எப்படி ஆட முடியும்' என்று கேட்டேன். மாணவர்கள் சிரித்து விட்டனர். அரங்கிலிருந்து நான் வெளியேற்றப் பட்டேன். இருப்பினும் வெளியில் நின்று சாளரம் வழியில் அவர் ஆற்றிய உரையைக் கேட்டேன். அப்போதுதான் சிற்பத்திற்கு நாட்டியம் எவ்வளவு முக்கியமானது என்பதையும் அறிந்து கொண்டேன்.

அதுநாள் வரை செவ்வியல் கலைகளான நாட்டியம் இசை இவற்றில் ஈடுபாடற்ற எனக்கு அத்துறைகளையும் கற்க வேண்டும் என்னும் அவா ஏற்பட்டது. அவை

களைக் கற்றுக் கொள்ளவில்லை என்றாலும் ஈடுபாடு ஏற்பட்டது. ஆனந்த விகடனில் வரும் சுப்புடுவின் விமர்சனம் எனது ஈர்ப்பை அதிகப்படுத்தியது.

திருமதி சொர்ணமுகி அவர்கள் வள்ளுவர் கோட்டத்தில் 3 அல்லது 4 முறை தனது நாட்டிய நிகழ்ச்சியை நடத்தியுள்ளார். அதில் சில நுட்பமான சிரமமான கரணங்களைச் செய்து காட்டுவார்கள். அப்போது ஒருமுறை அவரை அணுகி 108 கரணங் களையும் செய்திட முடியுமா என வினவினேன். சிலவற்றைத் தவிர மற்றவைகள் யாவும் செய்யலாம் என்று கூறினார். எனது சோம்பல் தொடர்ந்து அவரைத் தொடர்பு கொள்ள இயலாமல் செய்து விட்டது.

ஆனால், கரணங்கள் குறித்த செய்திகள் புத்தகங்கள் எதுவாகிலும் படித்து விடுவேன். ஆனால் குறிப் பெடுத்துக் கொள்வதில்லை. ஏறத்தாழ 30 ஆண்டுகள் பல நூல்களைக் கற்றேன். ஓவியப் புலவர்கள் திருஞானம், திரு. கோவிந்தசாமி அவர்கள் வரைந்த கரண ஓவியங்களைக் அடிப்படையாக கொண்டும் இந்நூல் வெளி வந்துள்ளது. ஓவியங்கள் பெரும்பாலும் ஓவியப் புலவர் பேரா.கோ. திருஞானம் அவர்களின் ஓவியங்களை அடிப்படையாகக் கொண்டது. சில ஆடல்வல்லான் நூலில் ஓவியங்கள் வரைந்த மாபெரும் கலைஞர் திரு. கோவிந்தசாமி அவர்களின் தாண்டவ ஓவியங்களை அடிப்படையாகக் கொண்டது. இவை சிற்ப நூல்கள் கூறும் மரபின்படி வரையப் பெற்றுள்ளது. இவர்கள் யாவர்க்கும் நன்றி.

கரணங்கள் வெறும் நாட்டியங்கள் அல்ல. அதற்கு பெயர் சூட்டியவர்கள். அந்த காட்சி எப்படி தோற்றம் அளிக்கின்றதோ அதற்கேற்ப பெயர் சூட்டியுள்ளனர். நாட்டியக் கலையில் நளிநயம் என்பது மிக முக்கிய மானது. இந்நளிநயங்கள் தலை, கண், வாய், கழுத்து, கை, கைவிரல்கள், உடல், கால்கள், பாத வைப்புகள் அனைத்திற்கும் தனித்தனியே பெயர்களுடன் செய்து காட்டுவர். இவ்வுறுப்புகளின் மொத்த வடிவங்களே கரணங்கள் ஆகும். எனவேதான் கரணங்களையும் நான் நளிநயங்கள் என்றே தொகுத்துள்ளேன்.

இக்கரணங்களை அறிந்து கொண்டால் எப் பாடலுக்கும் தலை, உடல், கை, கால, மொழியுடன் உயர்ந்த நாட்டியத்தை அளிக்கலாம் என்னும் முயற்சியே இந்நூல். மக்கள் பயன் கொள்ள வேண்டுகிறேன்.

இந்நூல் வெளிவர பெரிதும் உதவிய சகோதரர் கோ.எழில்முத்து அவர்களுக்கும், பதிப்பக உரிமையாளர் சத்யா அவர்களுக்கும் மிக்க நன்றி!

- கோ. வீரபாண்டியன்

பொருளடக்கம்

1. இறையாடல் — 14
2. நாட்டியக்கலை தோற்றமும், வளர்ச்சியும் தடம் பிறழலும் — 19
3. தமிழகத்தில் ஆடல் — 33
4. நாட்டிய உறுப்புகள் — 36
5. நோக்கு நளிநயம் (திருஷ்டி) — 40
6. புருவம், மூக்கு, கழுத்து, உதடு, முகவாய் — 43
7. மார்பும் - இடையும் — 45
8. கை நளிநயங்கள் — 47
9. இணை கை நளிநயங்கள் — 58
10. பாதங்கள் (பதநிலை) — 63
11. நிலைகள் (ஸ்தானங்கள்) — 66
12. ஆடல் வகைகள் — 69
13. தாண்டவங்கள் — 79
14. 108 ஆடலியக்க வரிசை — 83
15. எழுவகை தாண்டவங்கள் — 305

இறையாடல்

கலை

கலை எனப்படுவது கண்டதின் பதிவு; கருத்தின் அடையாளம், கவர்ச்சி, எழுச்சி, உணர்ச்சி ஆகியவற்றின் மகிழ்வின் உறைவிடம் பண்பாட்டின் உச்சம். அழகின் செறிவு; வளர்ந்த வளரும் நாகரிகத்தின் அடையாளம் என்பதாகும்.

இறைவன் எங்கும் பரவி விளங்குவதாக மக்கள் நம்புகின்றனர். அதுபோன்றே கலையும் எங்கும் பரவி விளங்குகிறது. ஆனால் இறையன்பர்கள் மனத்துள் அவரவர் பக்குவத்திற்கேற்ப அவர்களின் சொல்களிலும், செயல்களிலும் விரிந்து வெளிப்படுவது போன்றே கலையும் இயற்கையாக உள்ளத்துள் பரவி அவர்களுடைய சொற்களிலும், செயல்களிலும் வெளிப்படுத்துதலேயாகும்.

கலைஞர்கள் அனுபவங்களைத் தொகுத்து கைவழியும், வாய்வழியும் எழுத்தாகவும் அளிக்கும்போது அவை வெளிவருகின்றன. கலை, இயற்கையை எண்ணிப் பெறப் பெற்ற பொருள்களிடம் நிறைந்திருப்பதும் அப்பொருள் உணர்பவர் வளர்ச்சியில் ஒருங்கிணைந்து வெளிப்படுகிறது. இவ்வுணர்ச்சிகள் கலைஞரின் கருத்தை ஏற்றுக்கொள்ளும் போதுதான் அது

செயற்கையாக உருக்கொள்ளும்போது நிறைவடைகிறது. அது கண்ணையும் கருத்தையும் ஈர்க்கிறது.

கலையின் விளைவாக நளிநயம் அதில் ஆழ்ந்து உள்ளது. அனைத்திற்கும் கலைப்பண்பு, கலையழகு என்றெல்லாம் மொழிகிறது. ஆனால் இதுதான் கலை என்னும் வரையறை என்று உலகத்தாரால் முடிவெடுக்க முடியவில்லை. எனவே அதன் பயனை எப்படி அளவிட்டுப் பார்க்க முடியும்? ஆயினும் கலைஞர்கள் கலையை ஏன் படைக்கிறார்கள்? கலைஞனின் உள்ளத்தில் ஆழ்ந்து கிடக்கும் கருத்தை உலகோர்க்கு எடுத்துச் செல்ல வேண்டும் என்னும் நோக்கமே அவற்றுள் கலையாக உருப்பெருகிறது.

தாங்கள் கண்டதைப் பதிவு செய்கின்றபோதே மாந்தன் கலைஞன் ஆகிவிடுகின்றான். பல்லாயிரம் ஆண்டுகளுக்கு முன்பே மாந்தர் தீட்டிய குகை ஓவியங்கள் அவனுடைய கலையுணர்வை வெளிப்படுத்துகின்றன. வளர்ச்சிப் போக்கில் நடையும், உடையும் மட்டுமின்றி அனைத்தும் கலையாகின. கலை அனைத்தையும் தன்னுள் அடக்கி விரிவடைகிறது. நூல் என்னும் சொல்லுக்கு விவரித்தல், எண்ணுதல், பரவுதல் என்றும் பொருள்கள் உண்டு. அதுபோன்றே கல் என்னும் சொல்லில் இருந்து வந்ததே கலை என்பதாகும்.

இறைவனுக்கு மனமே வடிவம். கலைக்கும் இது பொருந்தும். மனம் இறைவன் மீது பற்றுக் கொள்ளும்போது கலையின் வாயிலாகவே வெளிப்படுகிறார். இக்கலை வடிவமே நமது கண்ணையும், கருத்தையும் ஆட்கொள்ளுகிறது. கலையைக் கருவியாகக் கொண்டே இறைவனை உணர்கிறோம். கலை நம்மை இறைவனோடு பிணைக்கிறது. கலையில் தங்கும் இறைவன் நம் கருத்தில் பதிக்கின்றார்.

தொடக்க நிலை :

மாந்தருக்கு அறிவு எட்டிய நிலையில் அவர் தம் மனம் வண்ணங்களில் ஒன்றியது. வண்ண மலர்களை விரும்பியது. மாந்த ஆற்றலின் வளர்ச்சியில் கூட்டு வாழ்க்கை, பயிர்த்தொழில் போன்றவை வளர்ச்சியடைந்தன. இதன் விளைவாக பன்னிறமுள்ள ஆடைகளை மலர்களை விரும்புகின்றனர். நாட்டியம், இசை போன்றவற்றை மேலும் உருவாக்குகின்றனர். இது மேலும் வளர்ச்சியடையும் பொருட்டுப் பல இடங்களில் பல வடிவங்களில் கருவிகள் படைக்கின்றான். பல்லாயிரம் ஆண்டுகளுக்குப் பின் இன்றைக்கு பல்லாயிரம் கலைகள் நம்மிடம் உள்ளன. இறை நம்பிக்கை ஏற்பட்டபின் கலைகள் யாவும்

இறைவனிடமிருந்தே தோன்றியதாகக் கருத்து பரப்பப்பட்டது.

இன்றைக்கு 2000 ஆண்டுகளுக்கு முன் ஆய கலைகள் 64 எனக் கூறப் பட்டது. பல்வேறு நூல்கள் பல்வேறு விதமான 64 கலைகளைக் கூறுகின்றன. அப்படித் தொகுத்தால் ஏறக்குறைய 80க்கும் மேற்பட்ட கலைகள் அக் காலத்தில் இருந்தன. கலைகள் எவ்விதமாகக் கூறப்பட்டாலும் இக்கலை களைக் கவின் கலை, நுண்கலை, கலை என மூன்று விதமாகக் கூறிவிடலாம்.

இவ்வாறு கூறும்போது கவின் கலை என்பது கண்ணின் வழியாக கருத்தில் நுழைந்து நிறைவடைவன. நுண்கலை என்பது உணர்வின் வழியே நுழைந்து மனதை நிறைவிப்பன. கலை என்பது அன்றாடத் தேவைக்குத் தவிர்க்கவியலாத பொருள்கள் படைத்துத் தொழில் மூலம் வடிவெடுத்து உதவுவன. இம்மூன்றும் ஒருங்கிணைந்து அகமும், புறமும் நுழைந்து பிறகு நிலைத்து நிற்பனவாகும்.

கலை என்னும் சொல் :

சங்க இலக்கியங்களில் கலை என்னும் சொல் மானுக்கும் அதன் கொம்புக்கும் வழங்கியது. தற்போதும் கூட கொம்புடன் உள்ள மானை நாம் கலைமான் என்றே அழைக்கின்றோம்.

சிலப்பதிகாரம் கலையிலாளன் என்று உடல் என்றும் பொருளில் கூறுகின்றது. தமிழ் வளர்ச்சிப் 'படி' (வாசி) என்றும் கூறுவர். படிப்பினை படிப்பால் விளைவது கலை என்பார் சிலர். பின்னர் அச்சொல் மிக விரிந்த பெருமையுடையதாக அமைந்தது. பரந்த அறிவு என்னும் பொருளில் 64 கலையும் "எண்ணெண் கலையோர் இருபெருவீதியும்" என்பன போன்ற இடங்களில் குறிக்கப் பெறுகின்றன.

மனம் ஒன்ற வேண்டும். மனம் அலைந்து திரிந்து சிதறியோடுகிறது. அனைத்து அழகையும் அனைத்து நிறங்களையும் அனைத்து மணிகளையும் இறைவன் திருமேனியில் படைத்து நம் மனம் அலைந்து திரியாது என்று கடை ஞானிகள் எனப்படுவோரால் கலைச் சிறப்பெல்லாம் ஒன்று பற்றி இறைவனை கண்டனர்; காட்டினர் என்பர். எனவே நாம் கலையால் ஒன்றி இறைவனைக் காண வேண்டும் என்றனர்.

இறைவன் கொள்ளும் அனைத்து வடிவங்களிலும் கலை பொலியுமாறு செய்திடல் வேண்டும். இதன் மிகச் சிறந்த வடிவமே "நடவரசர்" சிற்பம்

ஆகும். இவ்வடிவத்தில் கலையின் பொலிவு நிறைவெய்தியிருக்கிறது. இறைவனின் ஐந்தொழில் மெய்ம்மங்களைத் தாங்கியிருக்கின்றது. எனவே தான் இச்சிற்பத்தைச் சமயவியலாளர்கள் மட்டுமன்றி கலைப்பித்தர்கள் அனைவரும் கண்டு மகிழ்ச்சியடைகின்றனர்.

ஓவியம், சிற்பம், பாட்டு, இசை, ஆடல் முதலிய பல கலைகள் உள்ளன. அவற்றுள் மிகச் சிறந்தவை ஓவியமும், சிற்பமும் ஆகும். இவ்விரண்டும்தான் இறைவனின் வடிவத்தையும் மெய்ம்மங்களையும் காட்டுவன. இவ்விரண்டையும் நிலைக்களனாக கொண்டு நாட்டியக் கலையைத் தழுவி நடராசப் பெருமான் நமக்கெல்லாம் பலவிதமான மெய்ஞானத்தை அளிக்கிறார் எனக் கூறுவர்.

ஓவிய, சிற்பக் கலைகளில் இறைக்கூறு, மானுடக்கூறு, உயிர்க்கூறு என மூன்று வகையுண்டு. உயிர்கூறு (பூத நுட்பம்) உலகில் காணப்படுகின்ற இயற்கையில் உள்ள அனைத்தும் பொருந்த இருப்பது. இதற்கு அழகு, கருத்து (பாவம்) இவைகளோடு இறையுணர்வென்னும் வகையில் அமைவது. மானுடக்கூறு என்பது ஐரோப்பியக் கலைக்கு நேர்மாறாக உள்ளது உள்ளபடி காட்டாமல் கருத்தையும், உணர்ச்சியின் உட்பொருளையும் உணர்த்தும். எனவே தான், தமிழர் ஓவிய, சிற்பக்கலைகள் அனைவராலும் சிறப்பிக்கப்படுகின்றன.

ஓவியரின் உள்ளப்பதிவு நிறங்கள் தோய்த்த தூரிகை வழியாகக் கோடுகளாக, நிறங்களாக கருத்தைத் தெளிவுபடுத்துகிறது. வடிவம் கொடுக்கும் வகையில் முதலில் எழுந்த கலை ஓவியக் கலையே. இதில் கலைஞன் எந்தப் பகுதியைத் தெரிவிக்க முயல்கிறானோ அதுதான் தெரியும். ஆனால் சிற்பக்கலை முழு வடிவத்தை காட்டும். சிற்பக்கலை மண், கல், மரம், மாழை (உலோகம்) முதலிய பொருள்கள் கொண்டு வடித்தும், செதுக்கியும், தேய்த்தும், வார்த்தும் செய்யப்படுகின்றன.

இத்தகைய சிற்பக்கலைக்கு தமிழ்நாட்டில் தனி சிறப்புண்டு. தமிழ் சிற்பியின் சிந்தனை கண்டதைக் காட்டுவதில் மட்டும் அமைவதில்லை. காணாத கருத்துகளையும், இறைத் தன்மைகளையும் கூட தன் வண்ணத்தால் கல், மண், மரம், மாழை (உலோகம்) என பல்வேறு பொருட்களிலும் காட்டி விடுகிறான். அவன் படைத்த சிற்பத்தில் வடித்ததை மட்டுமா காண்கிறோம்? பல்திற சுவை நிரம்பிய நளிநயங்களைக் (பாவங்களை) காண்கிறோம். அவை சுட்டும் மெய்ம்மங்களைக் காண்கிறோம். அவற்றையும் கடந்த

கருத்தமைதியை உணர்கிறோம். இது, நாட்டியம் முதலிய பல கலைகளுக்கு உறைவிடமாக விளங்குவது சிற்பமேயாகும்.

ஆடல் வல்லானின் நிலை, நெளிவு, கால் வைப்பு விலா, கை இவைகளின் அமைப்பு இவற்றை நோக்குபவரிடம் அனைத்துக் கலைகளிலும் சேர்ந்த சிற்பக்கலை ஓங்கி நிற்கிறது. எனவே சிற்பக்கலையின் உச்சமாக விளங்கும் நடராசர் வடிவில் நாம் இசைக்கலை, அறிவியல் கலை, மெய்ம்மக்கலை, நாட்டியக் கலை அனைத்தையும் ஒரு சேரக் காண்கிறோம். நடவரசப் பெருமானின் வடிவத்தில் கலையுணர்ச்சி, புறவுணர்ச்சி, அகவுணர்ச்சி ஆகியவற்றை நன்றாகவே அனுபவிக்கிறோம். ஆயினும் அச்சிற்பத்தில் மிகுதியாகத் தோன்றுவது நாட்டியக் கலையேயாகும்.

நாட்டியக்கலை தோற்றமும், வளர்ச்சியும் தடம் பிறழலும்

குரங்கிலிருந்து மனிதனாக மாறிய மகிழ்ச்சியை நாம் கொண்டாடத் தெரிந்து கொண்ட காலம் முதலே முதலில் தோன்றியது நாட்டியக் கலையே. வெறும் மகிழ்ச்சிக்காகக் குதித்தாடிய மனிதன் இவ்வாட்டத்தை முறைப்படுத்திக் கொண்டான். இவ்வாறு முறைப்படுத்திக் கொள்ள மனிதனுக்குப் பல்லாயிரம் ஆண்டுகள் தேவைப்பட்டன.

அறிவுள்ள மனிதனைத் தவிர பிற உயிர்களும் தமது மகிழ்ச்சியைத் தெரிவிக்க குதித்தாடுகின்றன. அல்லது அச்சத்தை வெளிப்படுத்தக் குதித்தாடுகின்றன என்றாலும் அவைகளுக்குதவியாக நாட்டியமோ, இசையோ இருப்பதில்லை. குயில் கூவுகிறது, கிளிகள் பேசுகின்றன, மயில் நடனமாடுகிறது என்றாலும் அவை யாவும் அவற்றின் இயற்கையான தகவல் பரிமாற்றமே தவிர வேறு ஏதும் இல்லை. ஒரு விலங்கு மற்றொரு விலங்கின் குதியாட்டத்தை கண்டு மகிழ்வதில்லை. மாறாக அவ்வாட்டம், அவ்வொலி எதனைக் குறிப்பிடுகிறது என்பதை அறிந்து கொள்ளும்.

ஒரு மனிதன் ஒரு பாடலைப் பாடினால் அதற்கு ஏதும் தெரியாது; ஆடினால் ஏதும் தெரியாது. மனிதர் மட்டுமே எந்த ஓசையைக் கேட்டாலும் அதில் இசையிருப்பதை உணருகிறான். இசைக்கேற்பத் தனது கை கால்களை

அசைக்கிறான். ஓசையை உணர்ந்து அதற்கேற்பச் செயல்படுகிறான். எனவேதான் மனிதன் தன் ஆடலுக்கு இசை மிக முக்கியம் என்பதை உணர்ந்து இசைக்கேற்ப நடனமாடுகிறான். இசை நின்று விட்டால் அவனால் ஆட இயலாது. இசையற்ற நடனம் ஒரு போதும் இருந்ததில்லை.

நாட்டியக் கலை கி.மு. 1000க்கு முன்பிருந்தே வடிவமைக்கப்பட்டு தமிழர்களால் போற்றப்பட்டு வந்திருக்கிறது. சிந்துவெளியில் கிடைத்த ஒரு நாட்டியப் பெண்ணின் சிற்பம் இதற்குச் சிறந்த எடுத்துக்காட்டு. அச்சிற்பம் சிலப்பதிகாரம் கூறும் நாட்டியப் பெண்ணின் அணிமணிகள் பலவற்றோடு பொருந்தித் திகழ்கிறது.

ஆரியர்கள் வருகைக்கு முன்பும்கூட நாட்டியக்கலை மிகச் சிறப்பாக இருந்திருத்தல் வேண்டும். தொல் குடியினரிடமிருந்து நாடோடிகளான வந்தேறி ஆரியர்கள் தேர், (இரதம் - வண்டி) வீடு வனைதல், சிற்பம், ஊர் அமைத்தல் போன்ற கலைகளை கற்றுக் கொண்டதுபோல் அவர்கள் நாட்டியத்தையும் கற்றிருக்க வேண்டும்.

ரிக் வேதத்தில் ஆரியர்களின் தலைவன் இந்திரன் என்று அழைக்கப்படுகிறார். பிற்காலப் புராணங்களில் இந்திரனுடைய சபையில் (அவை என்ற சொல்லே சபையானது) ஊர்வசி, மேனகை, திலோத்தமை, அரம்பை போன்ற நடன மாதர்கள் இருந்தது அறிவோம். இவர்கள் பற்றிய ஆரிய ஏடுகள் கூறும் கதைகள் மிகவும் பிற்காலப் புனைவுகள் ஆகும்.

நாட்டியக்கலை காலம்தோறும் தமிழர்களால் போற்றப்பட்டு வந்திருக்கிறது.

சிலப்பதிகாரத்தில் நாட்டியப் பெண்மணிகள் அறிந்திருக்க வேண்டிய கலைகள் பற்றியும், கூத்த நூல்கள் பற்றியும் நாட்டியக் கலைஞர்கள் அணிந்திருக்கும் அணிமணிகள் குறித்தும் பல்வேறு செய்திகள் உள்ளன. இந்நூல்கள் முதல், இரண்டாம் நூற்றாண்டுகளுக்கு இடைபட்ட காலத்தில் எழுந்த நூலாகும்.

சிலப்பதிகாரம் இப்படி விவரமாகக் கூறுகிறது எனில், இதற்கு முன் எத்தனை நூற்றாண்டுகள் பழக்கப்பட்டிருக்க வேண்டும் என்று யோசிக்கும் வேளையில் தமிழ்ச்சமூகம் எத்தனை தொன்மையானது என்பதை அறியலாம்.

3000 ஆண்டுகளுக்கு முன் வந்தேறிய ஆரியப் பழங்குடியினர் ஐரோப்பா முதல் மேற்கு ஆசியா வரை இருந்த பல்வேறு பழங்குடி இனத்தைச் சேர்ந்த

வெள்ளை நாடோடிகள். இவர்கள் பல்வேறு இனக் குழுக்களாக இருந்தவர்கள். ஆரியப் பழங்குடியினர் ஒற்றுமை என்பது நிறத்தால் மட்டும் ஒன்றாக இருந்தது. ஆம்! இவர்கள் அனைவரும் வெள்ளை நிறத்தவர்கள் என்பது மட்டுமே ஒற்றுமை. இந்த நிற ஒற்றுமை மட்டுமே இவர்களை ஒருங்கிணைத்தது. இவர்கள் பேசிய மொழியும் ஒன்றல்ல.

சிந்துவெளிப் பகுதிக்குள் வந்தபின் அப்பகுதியில் பேசப்பட்டு வந்த தொல் தமிழ்க்குடியினருடன் கலந்த, வந்தேறிகளின் பல்வேறு மொழிகளின் கூட்டுக் கலவை மொழிகளையும் கலந்து பேசினர்.

இதற்குள் இவர்களுக்குள்ளே ஏராளமான போர்கள் நடந்திருக்க வேண்டும். போர்கள் குழுக்களின் கலப்பையும், இனக் கலப்பையும் உருவாக்கியிருக்கக்கூடும். இவ்வாறு எழுந்ததே ஆரியக் கூட்டம் ஆகும். இவர்களுக்குள் பல்வேறு இறைவழிபாட்டு முறைகளும் ஒழுக்கமுறைகளும் இருந்தன. வெள்ளை நிறம் இவர்களை ஒருங்கிணைத்தது. எனவே கருப்பர்களானதால் தொல்தமிழ் நம்நாட்டு குழுவினரோடு போரிட்டனர். இதனால் மேலும் கருப்பர்களோடும் கலப்பும் ஏற்பட்டது.

இக்காலக் கட்டத்தில்தான் வேதங்கள் தோன்றிக் கலப்பு மொழி உருவாகி விட்டாலும் அவர்கள் வரி வடிவம் அறியாதவர்களாகவே பல நூற்றாண்டுகள் வாழ்ந்தனர். வேதங்கள் எழுதப்படாமல் இருந்ததாலும் ஒரே மாதிரியாக இருப்பதாலும் அவரவர் எண்ணத்தில் தோன்றியதை அவ்வப்போது சேர்த்துக் கொண்டதாலும் அது பெரியதாக வளர்ச்சியடைந்தது. அப்போதும் அது எழுதாக் கிளவியாகவே இருந்தது.

இக்காலத்தே சிந்துவெளியில் இருந்து வடக்கிலும், கிழக்கிலும் தெற்கிலும் என இவர்கள் பரவினர். இப்பரவல் தமிழ் இந்தியா முழுவதும் ஏற்பட்டது. எனவே இனக்கலப்பு மேலும் அதிகமாகியது. எவ்வளவு கலப்பு ஏற்பட்டாலும் ஒரு கும்பல் மட்டும் தொடர்ந்து தாங்கள் ஆரியர் என்றே கூறிக் கொண்டனர். அண்மைக்காலம் வரை கூறி வருகிறார்கள்.

வடக்கிலிருந்து தெற்கு நோக்கித் தமிழகத்திலும் சுமார் 3500 ஆண்டுகளுக்கு முன்பே ஆரியர்கள வந்தேறினர். அவர்களோடு வைதிக சமயங்களும் குடியேறின.

இதே காலக்கட்டத்தில் சமணமும், பௌத்தமும் தமிழகத்தில் பரவலாயின. இவைகளும் ஆரிய சமயங்கள்தான். எனினும் சற்றே

முற்போக்கானவை. இவற்றிலும் ஆரியர்களே முதன்மை பெற்றனர். இக்காலத்திற் முன்பு தமிழகத்திலும் இறை வழிபாடு இருந்திருக்கிறது. ஆனால் அது சமயமாக இல்லை என்பது குறிப்பிடத்தக்கது.

கி.மு.200 முதல் கி.பி. 200 வரையிலான சங்க இலக்கியங்களில் சமயக்கருத்துகள் சிறிதளவேனும் இல்லை என்பது குறிப்பிடத்தக்கது.

பௌத்தராகிய இளங்கோவடிகளும் ஒரு குறிப்பிட்ட சமயத்தை சார்ந்த பாடலுக்கு மாதவி நாட்டியமாடியதாக குறிப்பிடவில்லை.

அதேபோல் திருக்குறள் சமணம் சார்ந்த கோட்பாடுகளைக் கொண்டதாக இருந்தாலும் இந்நூல் சமண சமய நூல் என்று திருக்குறளில் ஓரிடத்திலும் கூறவில்லை.

எனவே இக்காலம் வரை கலைகள் சமயம் சார்ந்ததாகவோ, இறை வழிபாட்டுடன் தொடர்புடையதாகவோ இருக்கவில்லை.

பௌத்த, சமண சமயங்களுக்கு எதிரான போரில் வைதிகச் சமயங்கள் ஒருங்கிணைந்து தாக்குதல் நடத்தும் வேளையில் சமண, பௌத்த கோட்பாடுகள் பலவற்றைத் தங்கள் சமயத்தில் இணைத்து கொண்டதுடன், பௌத்த, சமண நூல்கள், கதைகள் போன்றவற்றை வைதீக சமயங்கள் தங்களுடையதாகப் பொருத்திக் கொண்டனர்.

எடுத்துக்காட்டாகச் சமண சமயத்தில் ஆணவம், கன்மா, மாயை போன்ற 3 வித ஒழுக்கக் கேடுகளை தங்கள் தீர்தங்கர்கள் எதிர்த்து போரிட்டு அழித்ததாக கூறி கொண்டிருந்த வேலையில் இவர்கள் சிவபெருமான் முப்புர அரக்கர்களை எரித்ததாகக் கதை பரப்பினர். எனவே சிவனுக்கு 'திரிபுராந்தக மூர்த்தி' எனப் பெயர் எழுந்ததாகக் கூறிக் கொண்டனர்.

இவ்வாறாக சமண, பௌத்த கோட்பாடுகளைத் தங்களுடையதாகக் கூறிக் கொண்டதோடு வைதிக சமயங்கள் அதன் கடவுளர்கள் அனைவரும் வேதங்களில் இருந்து தோன்றியதாகக் கூறிக் கொண்டனர். அதோடு நில்லாமல் தமிழ் இந்தியா முழுவதிலும் இருந்த பல கலைகளுக்கு வேதங்களை உருவாக்கிய பல்வேறு முனிவர்களே காரணம் என்றும் கூறிக் கொண்டனர்.

இதன் விளைவாக வேதமொழியாகிய வரி வடிவமற்ற மொழியே இறைவனின் மொழி எனக் கூறியதோடு வடமொழி இறைவழிபாடு

தவிர்க்கப்பட்டால் கேடு விளையும் என்றும் அச்சத்தையும் மக்களிடையே பரப்பினர்.

எனவே எல்லாக் கலைகளும் இறைவனால் படைக்கப்பட்டன என்றும், வளர்ந்தெழுந்து எழுச்சியுடன் இருந்த அனைத்துக் கலைகளுக்கும் வேத விற்பன்னர்களாலே இலக்கணங்கள் எழுந்ததாகக் கூறிக் கொண்டனர்.

ஆரியர்களின் இறைவழிபாடு முதலில் மன்னர்களை அச்சுறுத்தியது. அதன் விளைவாக பெருநிலக்கிழார் முதல் அடிமட்டக் கூலித் தொழிலாளி வரை அனைவரையும் அச்சத்தில் ஆழ்த்தியது. எனவே ஆரிய கருத்துகளுக்கு தமிழ் இந்தியா முழுவதும் அடிமைப்பட்டது. இதைப் பயன்படுத்தி மன்னர்களுக்கு முக்கிய ஆலோசகர்களாக ஆரியப் பார்ப்பனர்கள் கோலோச்சினர்.

பின்னர் வருணாசிரம கொள்கையை திணித்தனர். அக்கொள்கையில் பார்ப்பனர்களான தங்களை முதன்மையிடத்திலும் ஆட்சி புரியும் மன்னர்களை இரண்டாமிடத்திலும் செல்வந்தர்களான வைசியர்களை மூன்றாம் இடத்திலும், உணவளிக்கும் வேளாண் குடியினரை நான்காம் இடத்திலும் இருத்தி வைத்தனர்.

ஆரியர்களின் சூழ்ச்சிக்குக் கட்டுப்படாத உழைக்கும் மக்களையும், அடவிகளில் எந்தத் தலைமையும் இன்றித் தனித்து வாழும் தொல்குடியினரையும் பஞ்சமர் என ஐந்தாம் இடத்திற்குத் தள்ளினர்.

இதிலும் பல சிக்கல்கள் எழுந்தன. விந்திய மலைக்கு வடக்கில் இருந்த பகுதிகளில் ஆரிய - திராவிட கலப்பினத்தவர்கள் மிகுதியாக இருந்ததால் நால்வகையினம் என்றும் கோட்பாட்டை அவர்கள் ஏற்றுக் கொண்டனர்; ஏற்றுக் கொள்ள வைக்கப்பட்டனர். மிகுதியாக இருந்த ஏழைப் பாட்டாளிகள் ஆரிய திராவிட கலப்பினத்தவர்களே ஆயினும் அவர்கள் சூத்திரர்களே என்பதோடு யார் யார் இந்த 4 நிறத்தை கொண்டார்கள் என்பதை தெளிவாக அடையாளப்படுத்தினர்.

விந்திய மலைக்கு தெற்கே இருந்த மக்களோடு ஆரிய இனக் கலப்பு மிகக் குறைவாக இருந்ததால் ஆரியர்கள் முதன்மையிடத்திலும் மற்றவர்கள் (அவர்கள் மன்னர் ஆயினும் வணிகர் ஆயினும்) நான்காம் இடத்திற்குத் தள்ளப்பட்டனர். இந்த நிலை மகேந்திர வர்ம பல்லவர் காலத்துக்கு முன்பிருந்தே பாண்டிய, களப்பிர மன்னர்கள் தொடக்கம் அனைவருக்கும் பொருந்தும். எனவே தென்னாட்டில் பிராமணர்களுக்குப் பின் சூத்திரரே

இருந்தனர். எனவே இங்கு பிராமணர் சூத்திரன் நீங்கலாக சத்திரியன் வைசியன் என்று யாரும் இல்லை.

பிற்காலத்தில் குறிப்பாக விசயநகரப் பேரரசுக்குப் பின் சில சாதியினர் தங்களை, சத்திரியன் என்றும் வைசியர் என்றும் கூறிக் கொண்டனர். இதுவே தென்னாட்டின் நிலை.

இப்படியாக ஆரியர்கள் தங்கள் வைதிக சமயத்தை வலுப்படுத்திக் கொண்டபின் அனைத்துக் கலைகளும் தங்களால் உருவாக்கப்பட்டதே என்று கூறுவதில் துணிந்தனர். இதனால் அனைத்துக் கலைகளும் இறைவனின் அருளால் முனிவர்களால் தோற்றுவிக்கப்பட்டது என்னும் கருத்தை இன்றுவரை துணிந்து கூறி வருகின்றனர்.

இதனால் தொல்காப்பியம் சங்க இலக்கியங்கள் சில நீங்களாக பிற இலக்கியங்கள் யாவும் இறை வழிப்பாட்டினதாக மாறின. இறையாடல் குறித்த இந்த நூலில் இடைநுழைந்தது. ஏன் இதைக் கூறுகிறேன் எனில் ஆடல் இலக்கணமும் இறைவன் தந்ததே எனக் கூறும் பித்தலாட்டமே என்பதற்காகும்.

தமிழ்மொழி வரிவடிவம் பெற்று 3000 ஆண்டுகளுக்கு மேல் ஆகிறது. தொல்காப்பியம், சங்க இலக்கியங்கள் 2500 ஆண்டுகளுக்கு முன் எழுதப்பட்டுக் காலம் காலமாகப் படியெடுக்கப்பட்டு இன்று அச்சு, கணினி வரை பயன்பாட்டில் உள்ளது.

ஆரிய வடமொழியே வரிவடிவம் ஏதும் இன்றி எழுதாக்கிளவியாகவே பன்னெடுங்காலம் மனப்பாட முறையில் குரு, சீடன் வழி கூறப்பட்டு வந்தது. பழந்தமிழும் பல்வேறு தமிழ் இந்திய மொழிகளில் கூட்டு மொழியான பாகதம் (பிராகிருதம்) பாலி போன்ற மொழிகள் கற்றுத் தேர்ந்து புதிய வரிவடிவத்தில் நெறிப்படுத்தப்பட்ட செம்மையாக உருவாக்கப்பட்ட மொழி சமற்கிருதம் (சம்ஸ்கிருதம்) என்பதாகும். மொழி இதற்கு பிறகும்கூட இம்மொழிக்கு வரி வடிவம் இன்றியே தவித்தது. இதற்கும் தமிழர்களே வரிவடிவம் தந்தனர். இதை அடிப்படையாக கொண்டுதான் தேவ நாகரி வரிவடிவம் எழுந்தது. பின்னர் உருவான சமற்கிருத மொழியை மன்னர்கள் மூலம் திணித்தனர். இம்மொழியின் வேர்ச் சொற்கள் அனைத்தும் தமிழேயாகும். நற்றமிழ் சொற்களுக்கு வடமொழிப் பெயரிட்டுத் தமிழ் சொற்களைக் காணாமல் போகச் செய்தனர். இதனால் அனைத்துக்

கலைகளும் பாழ்பட்டுப் போயின.

பன்னெடுங்காலமாக உள்ள தமிழ் ஏடுகளையே மறு பதிவு செய்யும்போது ஏராளமான இடைச் செருகல்கள் ஏற்பட்டு விடும்போது எழுதாக் கிளவியான வேதங்கள் மட்டும் 3700 ஆண்டு காலமாக மிகவும் பரிசுத்தமாக எப்படி இருக்க முடியும்? அது மட்டுமின்றி 2500 ஆண்டுகளுக்குப் பின் எழுதப் படுகிறது என்றால் எத்தனை பொய்யும், புளுகும், ஏமாற்றும் களவாணித் தனமும் சேர்ந்திருக்கும். நாம் அனைவரும் மிகவும் யோசிக்க வேண்டும்.

பழமையான 64 கலைகளும் (தமிழ் இலக்கியங்கள் நீங்கலாக) இன்று நாம் பார்க்கும் இலக்கியங்கள் யாவும் வடமொழியில் உள்ளவையே. இவையாவும் இன்றைக்கு சுமார் 600-700 ஆண்டுகளுக்கு முன்பு எழுதப்பட்டவையே. இதில் கூடுதல் சிறப்பு என்னவெனில் சிற்பம், கோயில் கலை, கப்பல் கட்டும் கலை, நகரம், கோட்டை, அரண்மனை அமைக்கும் கலை நூல்கள் வடமொழியில் இருந்தாலும் இவையாவும் தமிழர்களால் வடமொழியில் எழுதப்பட்டவையாகும். மேற்கூறிய நூல்கள் யாவும் வடமொழியில் இருந்தாலும் வடமொழி வாணர்களுக்குப் புரியாத தொழில்நுட்பச் சொற்கள் ஏராளம் உண்டு. இந்தத் தொழில்நுட்பச் சொற்களுக்கு வடமொழியில் (சமற்கிருதத்தில்) எந்த பார்ப்பனனாலும் பொருள் கூற முடியாது என்பதே உண்மை.

நாட்டியத் துறையிலும் உள்ள வடமொழி இலக்கணங்களில் பல சொற்கள் தமிழர் உச்சரிப்பைக் கொண்டவையாக இருக்கும்.

ஆடலியல் குறித்து எழுதப்புகுந்த நான் இந்தச் செய்திகளை இடையே ஏன் கூறுகிறேன் எனில் தமிழ்க் கலையான கூத்துக் கலையை யாரோ ஒரு "தண்டு" முனிவனும் பரதமுனியும் மக்களுக்கு அருளியதாகக் கூறும் போக்கு தொடர்ந்து நிலவி வருவதால் மேற்கூறிய ஆரிய சூழ்ச்சியைக் கூற வேண்டிய கட்டாயத்திற்கு உள்ளாகிறேன்.

ஆடல் என்பது ஆடிக் கொண்டிருப்பது. அது அவ்வாடலின் போது ஒரு குறிப்பிட்ட பகுதியே. புகைப்படக் கருவி மூலம் ஒன்றைப் படம் எடுத்தால் அப்படத்தில் காணப்படும் சிறு துளிக் காட்சி மட்டுமே ஆடல் ஆகாது.

எனவே மனிதர் ஆடினாலும் இறைவன் ஆடினாலும் பதிக்கப்பட்ட ஒரே ஒரு காட்சி ஒருவகை நடனம் என்பது நகைப்புக்குரியது.

இறைவன் ஏழுவகைத் தாண்டவங்களை ஆடினான். ஒருவகைப் பாடலுக்கு ஒருவிதமான நடனங்களை ஆடுகின்றார். அதில் ஒரு குறிப்பிட்ட காட்சி (ஸ்டில்) சிற்பமாக, ஓவியமாக உருவாக்கப்படுகிறது. அவ்வுருவில் 7 வகைத் தாண்டவங்களுக்கான 7 வகைப் பாடலோ அல்லது ஒற்றைப் பாடலுக்கு 7 வகை நடனமோ இருந்திருக்க வேண்டும். ஆனால் இன்று இறைவன் ஆடிய அல்லது மாந்தர் ஆடிய அந்தப் பாடல் காணாமல் போயிற்று. அல்லது மறக்கடிக்கப்பட்டது என்பதுதானே பொருள்.

7 வகை தாண்டவங்களுக்கும் கால் நிலைகள் எப்படி இருக்க வேண்டும்? எப்படிக் காட்சி அளிக்க வேண்டும்? என்பதற்குப் பாடல்கள் (ஸ்லோகங்கள்) உண்டு. இந்த பாடல்கள் இந்த ஒரு காட்சிக்கு மட்டுமே பொருந்தும். அந்த பாடல்களில் அந்தச் சிற்பம் என்ன பொருளை உணர்த்துகிறது அதன் மெய்ம்மம் என்ன என்பதை அந்தப் பாடல்கள் (ஸ்லோகங்கள்) கூறாது நிற்கும்.

எனவே ஓவியமோ, சிற்பமோ அந்த வடிவத்திற்கு என்ன பொருள் அதன் மெய்ம்மம் (தத்துவம்) யாது என்பதை உணர்ந்து சிற்பத்தையோ, ஓவியத்தையோ வடிக்கிறார். நடவரச சாட்சிக்கு எந்த ஒரு வடநாட்டு வடமொழி அறிஞனாலும் பொருள் கூற முடியாது. நடவரசருக்கு மிகச் சரியான மெய்ம்மத்தைத் தமிழர்களே உணர்த்துவர். இது 7 வகை தாண்டவங்களுக்கும் பொருந்தும்.

அதேபோல் 108 கரணங்களை இறைவன் ஆடியதாக கூறுவர். அதில் சில காட்சிகள் சில இடங்களில் சிற்பங்களாக நளி நயங்கள் வடிக்கப்பட்டுள்ளன. முழுமையாக 108 கரணங்களும் எங்கும் செதுக்கப் பெறவில்லை. ஆனால் 108 கரணங்கள் எப்படி கை, கால் பாவங்கள் ஒழுங்கமைய வேண்டும் என்பதற்கான பாடல்கள் (சுலோகங்கள்) உண்டு. இப்பாடல்களும் காட்சியமைப்பைப் பற்றிக் கூறுகின்றனவே தவிர மெய்ம்மக் கருத்துகளை அளிக்கவில்லை. அப்படித் தொகுத்து பார்க்கையில் இது ஒரு பாடலுக்குரிய அழகிய நடனம் ஆகும். அதில் இருந்து தெறிவு செய்யப்பட்ட 108 சாட்சிகளே கரணங்களாகக் கூறப்பட்டிருக்க கூடும்.

மேலும் இக்கரணக் காட்சிகளே ஒழுங்குபடுத்தாத பாடல்கள் மாறி மாறி அமைந்தாலும் தற்போதைய பாடல்களை (சுலோகங்களை) கொண்டே வரிசைப்படுத்தப்பட்டுள்ளது.

ஒரு நாட்டியக் காட்சியைத் திரைப்படமாக எடுத்தால் அந்தப் பாடல் காட்சி பலநூறு கட்டங்களாக (பிரேம் பை பிரேம்) அமையும். ஒட்டுமொத்த நாட்டியக் காட்சியைப் பார்க்க அதனைத் திரைப்படக் கருவியின் மூலம் சுழல விட்டுப் பார்க்க வேண்டும். அப்போதுதான் நாட்டியக் காட்சி தெளிவுபடும்.

பலநூறு சட்டங்கள் (பிரேம்கள்) ஒரு படச் சுருளில் இருந்து சில காட்சிகள் மட்டும் எடுத்து ஒற்றைக் கட்டத்தைத் (பிரேம்) தனித்துப் பார்த்தால் அதை மட்டும் புகைப்படமாக மாற்றினால் ஒரு நாட்டியத்தின் பலநூறு கட்டங்களில் ஒரு கட்டம் மட்டுமே தோற்றம் அளிக்கும்.

7 வகைத் தாண்டவங்கள் ஆயினும், 108 கரணங்கள் ஆயினும் தற்போது நமக்குக் கிடைக்கும் காட்சிகள் இத்தகைய ஒரு சிற்ப, ஓவிய கலைஞர் நாட்டியத்தை பார்க்கிறான். அந்த நாட்டியக் காட்சிகளைச் சிற்பமாகவோ, ஓவியமாகவோ படைக்க முயல்கிறான். அவனால் நாட்டியத்தின் அனைத்து அடவுகளையும் செதுக்கவோ, வரையவோ வேண்டுமெனில் ஆயிரக் கணக்கில் சிற்பமோ ஓவியமோ படைக்க வேண்டும். எனவே, தான் கண்ட காட்சிகளில் மிகச் சிறப்பான சில நொடிக் காட்சிகளை வடிவமாக்குகிறான். இதனால் கலைஞனுக்குக் கலைஞன் பல்வேறு வேறுபாடுகளைப் படைக்கிறான்.

ஓவியமோ, சிற்பமோ உருவான பின்னர் அதனைக் காணும் பாவலன் அந்தக் காட்சியை மற்றவர்களுக்கு தெளிவுபடுத்தப் பாடல் (ஸ்லோகம்) ஆக்குகிறான்.

காலப்போக்கில் ஆடலுக்குரிய பாடல் அழிக்கப்படுகிறது. சிற்பத்திற்குரிய பாடல் (ஸ்லோகம்) நிலை பெறுகிறது. அத்தகைய சிற்பங்களே 7 வகை தாண்டவமாகவும் 108 கரணங்களாகவும் இன்றளவும் காட்சியளிக்கின்றன.

வடமொழியினரின் ஆதிக்கம், தமிழக மன்னர்களின் அடிமைத்தனம், வடமொழியாளர்களை மேலோங்கச் செய்தது. தமிழிலிருந்து ஏராளமான நூல்கள் வடமொழியில் பெயர்க்கப்பட்டு மூலத்தமிழ் நூல்கள் அழிக்கப்பட்டன. குறிப்பாக மகேந்திர வர்மன் காலத்தில் எழுத்து வடிவம் பெற்றவுடன் இப்பணிகளின் தொடர்ச்சி நாயக்க வமிசத்தின் காலம் வரை தொடர்ந்தது.

இதில் சிறப்பு என்னவெனில் எழுத இயலாத சமற்கிருதத்திற்கு எழுத்து

வடிவம் கொடுத்தவர்கள் தமிழர்கள் என்பது குறிப்பிடத்தக்கது. அதனையே “கிருதம்” என்கிறோம். அதன் பின்னரே நாகரி வடிவத்திற்குத் தங்கள் மொழியை மாற்றிக் கொண்டனர். இந்த 12 நூற்றாண்டுகளுக்குள் ஏராளமான வடமொழிச் சொற்கள் தமிழில் கலந்தன. 17, 18, 19 நூற்றாண்டுகளில் வடமொழிகள் கலந்த தமிழையே மிகச்சிறந்த தமிழ் எனப் போற்றினர். இதற்கு “மணிப்பிரவாளம்” என்றும் பெயரையும் கொடுத்தனர். இதிலிருந்து தமிழ் இன்றும் மீள முடியாத நிலை இருந்து வருகிறது. பின்னர் ஆங்கில ஆட்சியாளர்கள் வந்த பின்னர் பார்ப்பனர் ஆங்கிலேயர்களின் அடிமைகளாகித் தமிழில் ஆங்கிலச் சொற்களையும் கலந்தனர்.

இதற்கிடையே விசயநகரப் பேரரசும், அதன் கிளைவழி நாயக்க மன்னர்களும், இதன் ஊடே மராத்தியர்களும் தமிழில் மேலும் பல சொற்களை கலந்து விட்டனர். போதாக்குறைக்கு இசுலாமியர்கள் சிற்சில இடங்களைக் கைப்பற்றியதால் பல அரபு, உருதுச் சொற்களும் கலந்தன.

இவை யாவும் கடந்த காலம் என்றாலும் தெலுங்கனான படிப்பறிவு இல்லாத தமிழே தெரியாத வீரபாண்டிய கட்டபொம்மனை நற்றமிழ் அறிந்த நாவேந்தன், வெள்ளையர்களை எதிர்த்த மாவீரன் எனத் திரைப்படங்களும் வெளிவந்தன.

தமிழ்மொழி 5000 ஆண்டுகளுக்கு மேல் பேசப்பட்டும் எழுதப்பட்டும் வாசிக்கப்பட்டும் வரும் மொழி. இம்மொழியில் பல்லாயிரக்கணக்கான பாடல்கள் உண்டு. அவற்றிற்குப் பண் உண்டு; தாளம் உண்டு. பாட்டு என்றாலே பல்வேறு இசை வடிவில் பாடக் கூடியதாகும். இவற்றையெல்லாம் கோயில்களில் வழிபாட்டு நேரத்தில் மட்டும் சில நிமிடங்கள் பாட வைத்து முடித்து விடுவர்.

பின்னாளில் எழுந்த தெலுங்குப் பாடல்களுக்கு பார்ப்பனர்கள் சிறப்பளித்ததால் தெலுங்குப் பாடல்கள் சிறப்படையத் தொடங்கி. மேடைதோறும் தெலுங்குப் பாடல்களும், அதற்கு நாட்டிய நிகழ்வுகளும் ஏற்படலாயின. தமிழ்ப் பார்ப்பனராகிய பாரதியாரே, “சுந்தரத் தெலுங்கினில் பாட்டிசைத்து” என எழுதத் துணியும் அளவிற்கு வளர்ச்சியைக் கண்டனர். இதனால் பாட்டிசை அரங்கம் என்றாலே தெலுங்குப் பாடல்களும் பசனை (பஜனை) பாடல்களும் ஒரு சில தமிழ் பாடல்களும் ஒலித்தன.

இவ்வாறாக தமிழ் ஒரு கலப்பு மொழியாக உருவெடுக்க ஆரியர்களின்

சூழ்ச்சி கொஞ்ச நஞ்சமல்ல. எனவே நாட்டியத்தின் அடவுகளில், நளிநயங்களில், ஆடல் வகைகளில் வடமொழிப் பெயர்கள் நிலை பெற்றன. ஏற்கனவே இருந்த தமிழ்ச் சொற்கள் யாது என்பது அறிய முடியாமலே போயிற்று.

தமிழர்களில் நாட்டியக்கலை 3000 ஆண்டுகளுக்கு முன்பே சிறப்புடன் விளங்கியது என்பதைச் சிலப்பதிகாரத்தில் சில பகுதிகள் மூலம் அறியலாம். இளங்கோவடிகள் காலத்தில் தமிழகத்தில் சமணம், பௌத்தம் போன்ற சமயங்கள் பலவகை இருந்த காலத்தில் ஆரியப் பார்ப்பனர்கள் தமிழர்களோடு நன்கு கலந்து விட்டனர். அத்துடன் அவர்களின் யாகம், வேள்வி போன்றவற்றைத் தமிழக மன்னர்கள் அவைகளில் பார்ப்பனப் புரோகிதர்கள் முதலிடம் பிடித்தனர். இதனால் தமிழ்மொழி சிதையலாயிற்று. மேலும் மேலோங்கி இருந்த தமிழ் அரசுகள் பார்ப்பனர் வசமானது. இதனால் பல தமிழ்க் கலை நூல்கள் அழிந்து போயின. இருப்பினும் இத்தகைய நூல்கள் பலவிருந்தன என்பதைச் சிலப்பதிகாரம் தொல்காப்பியம் போன்ற நூல்கள் எடுத்துக்காட்டுகின்றன.

“தேசித் திருவின் ஓசை கடை பிடித்துத்
தேசிகத் திருவின் ஓசையெல்லாம்
ஆசின்றி உணர்ந்த”

- ***சி.சு. 30, 31, 32***

“வேத்தியல் பொதுவியல் என்ற இருதிறத்தின்
நாட்டிய நன்னூல் நன்கு கடைப்பிடித்து”

- ***சி.சு. 39,40***

நாட்டிய நன்னூல் நன்கு கடைப்பிடித்து
காட்டினாள் ஆதலின்

- ***சி.சு. 30, 31, 32***

எனவே இன்று நாம் பயன்படுத்தும் நாட்டியக் கலைச் சொற்கள் யாவும் வடமொழிச் சொற்களாகவே உள்ளன. நளிநயங்கள், ஆடல்நிலைகள், அடவுகள் அனைத்தும் வடமொழிச் சொற்களே. இதில் குறிப்பிட்ட சிறப்பு என்னவெனில் வடமொழியில் இப்பதச் சொற்கள் தமிழிலிருந்து திருடி மடை மாற்றம் செய்து அதை வட சொல்லாக மாற்றியுள்ளனர். பூ - புஷ்பம், கத்தரி - கர்தரி, முட்டி - முஷ்டி, பிட்டம் - பிருஷ்டம், கட்டை - காஷ்டம், அவை -

சபை, சுட்டு - ஆசி என ஏராளமாகக் கூற முடியும். இதனைப் பிரித்தறிய ஏராளமான தமிழறிஞர்கள் உள்ளனர். நிற்க.

நாட்டியக் கலையில் முக்கிய கூறுகளாக நளிநயம் (அபிநயம்) தலையசைப்பு, கண்ணசைப்பு, உடலசைப்பு சுவை, சுலைக்கரு என்னும் ஆறு கூறுகள் ஆகும். இவை ஒருபுறம் இருக்க நமது தமிழில் இறைவனைத் தொழுதல் என்னும் பழக்கம் சுமார் 2000 ஆண்டுகளுக்கு முன் வந்ததென்றாலும் இறைவனே இயல், இசை, நாடகம் மூன்றுக்கும் தலைவன் என்னும் போக்கு பிற்காலத்தில் தோன்றி அதுவே நிலைபெற்று விட்டது. சங்க இலக்கியத்தில் இறையனாராக சங்க அவையில் இறைவனே வந்து தமிழ் பாடியதாகப் புராணங்கள் எழுந்ததுபோல் நாட்டியத்திலும் இறைவனே தலைவனாக அவனே நாட்டியத்தை இந்த உலகுக்கு அளித்தவனாகக் காட்டப் பெரும்பாலும் ஆடல் சிற்பங்கள் பெரும்பாலும் இறையாடலாகவே இருப்பதாலும் இது குறித்து மட்டுமே நாம் இந்நூலில் குறிப்பிட வேண்டியுள்ளது.

தமிழர் நாட்டியக் கலை குறித்து 'பெருங்கவிஞர் புரட்சிதாசன்' அவர்கள் கூறியிருப்பதையும் அது எவ்வாறு சிறந்தது என்பதையும் அவரது வரிகளில் இருந்து காணலாம்.

இரண்டாயிரம் வருடத்துப் பூம்புகார் மாதவியின் ஆடலில் பலவகை நாட்டியங்களை, கூத்து என்ற பெயரில் இளங்கோவடிகள் பலவித வரிக்கூத்துக்களையும் சொல்கிறார். அவற்றை அடியார்க்கு நல்லார்.

''கண்கூடுவரி, காண்வரி, உள்வரி, புறவரி, கிளர்வரி, இவை ஐந்தோரொன்ற உரைப்பிற் காட்சி தேர்ச்சி, எடுத்துக்கோளென மாட்சியின் வரூஉம் எண்வகை நெறித்தே'' என்று கூறுகிறார். அக உணர்வினைப் புறத்தின்பால், வெளிப்படுத்தி நடிப்பதாக அந்தக்கதை நிகழ்வுள்ள நாட்டியங் கூறுகிறார். இந்த நெறிமையில், அதற்குரிய கட்டுக்கோப்புத் துவக்கத்தை அரங்கேற்று காதையில் ஆடல் மேடையும் கூறுகிறார். தொல்காப்பிய "நாடக வழக்கினும் உலகியல் வழக்கினும் பாடல் சான்ற புலனெறி வழக்கு'' என்ற அடிப்படையில் சொல்லப்பட்டவற்றிற்கு பிற்காலத்தில் பல தலைப்புகள், பிற திணிப்பாளர்களால் வெவ்வேறு விதமாகச் சொல்லப்பட்டன. அவ்வழி வந்த ஆரிய சங்கீதத்திற்கு கீதம், கிருதி, கீர்த்தனை, பிரபந்தம் என்று சொன்னதைப் போல, ஆடலுக்கும் பரதநாட்டியச் சதிர்வகை என்ற பெயரில், ஆலயச் சதிர்க்கச்சேரிக்கும், பொது மக்கள் பார்க்கும் அரங்கச் சதிர்க்கச்சேரிக்கும்,

அலாரிப்பு, சதிசுரம், சப்தம், வர்ணம், பதம், தில்லானா என்ற வரிசையைப் புதிதாகச் சொல்பவர்கள் போல தொகுத்தியம்பினர்.

நாட்டிய ஆடல் உறுப்புகளின் வரிசை பிரித்து முறைப்படுத்தி விளக்கம் கூறுவதே, மேலே சொல்லப்பட்ட அலாரிப்பு, சதிசுரம், சப்தம், வர்ணம், பதம் தில்லானா என்பனவற்றில் அதற்குரிய இலக்கண அடிப்படையே இதுதான் என்று மதப் புரோகிதர்கள் அந்தந்த தெய்வக்கதை, அதன் சிறப்புக்கூறும் பாடல்களைப் பேச்சு வழக்கில் தலைப்பாக பிற்காலத்தில் கொள்ளப்பட்ட சமஸ்கிருதம், தமிழ் வழித்தெலுங்கு கன்னடம், மலையாளம், தமிழில்கூட சந்தப்பிழை, சீர்ப்பிழை, தாளச் சமாதானம் என எப்படியோ புகுத்தியாக வேண்டுமெனச் செய்து விட்டனர். பதம் என்ற தலைப்பிற்குக் கொள்ளப் பட்ட அந்தப் பாடல்களில் ஒவ்வொரு வரியும் அதற்குரிய இராகத்தில் ஆலாபனம் செய்து, சுரம் பாடி, அதை ஆடலுடன் பார்ப்பது கண்கொள்ளாக் காட்சியும், காதுக்கும் இனிமை பயப்பதாகும். இந்த வரம்புகளை இசைப் பதங்களுடன் இரண்டாயிரம் (2000) ஆண்டுகட்கு (சிலப்பதிகாரத்திற்கு) முன்னரே தமிழர் பாடிப் பயிற்றுவித்து வந்தனர். அதற்குத் தலைக்கோல் மடந்தையரும் உறுதுணையாக இருந்தனர். இந்த வழக்கு மரபுகள் பிற்பட்ட இடைச் செறுகல்களால் பல்வேறு தலைப்புகளில், ஏதோ புதுக்கருத்து சொல்பவர்கள் போல, மொழி மாற்றி எழுதி - அத்தோடு குழப்பியும் விட்டுவிட்டனர். ஆடற்பதம், தாளச் சொற்கட்டு அவ்வாறே இசைச்சுரம் ஆகியவற்றை இலக்கணமாக வைத்து அதன் தத்தகாரத்திற்கு நளிநயம், பொருட்பாடல் அமைப்பதே பதப்பாடலாகும்.

பிற்பட்ட காலங்களில், மேலே கூறிவந்த பதப் பாடல்களுக்கும், அதற்குரிய நாட்டிய நளிநயங்களுக்கும் புராணக் கதையுறுப்புகளைத் திணித்தும்; அந்தக் கருத்தினை வலியுறுத்தியும், உடல் வர்த்தனை, கை முத்திரைகளுக்கு ஒழுங்கு செய்ய முற்பட்டனர்.

திராவிடத்தின் குறிஞ்சி, முல்லை, மருதம், நெய்தல், பாலை என்ற ஐந்திணைக் கருப்பொருள், உரிப்பொருள், விளக்கங்களாக மூவாயிரம் (3000) வருடத் தொல்காப்பியச் செய்திகளை வடமொழியில் வழங்கியிருந்த அந்தந்த இனப்பயிற்சி மொழிகளில், வெவ்வேறு தலைப்பிட்டு, மொழி மாற்றிக் கொண்டு கதைகளும் கட்டினர்.

பரத நாட்டியம் என்ற பெயரில் பல கோட்பாடுகள் அடங்கிய தர்ப்பண நூல்கள், அன்னவர் சொல்லும் நளிநயம், முத்திரை, எல்லாம் பெரும்பாலும்

சாதி வர்ண சமயவிரிப்புகளே! நம் தோளில் அமர்ந்து கொண்டு அவர்கள் நமக்கே கலை என்ற பெயரில் பூச்சாண்டி காட்டுகிறார்கள்.

பரதநாட்டியம் என்ற பெயரில் இருக்வேதத்திற்கு முற்பட்ட சிவத் தாண்டவமான தில்லை நடராசனையே, வேறொன்றும் சொல்ல முடியாமல் முதன்மையாக நிறுத்துகின்றனர். ஆனால் அவ்வழி தேசிக, வடுகு, சிங்களக்கால்களுக்கு மட்டும் வைணவ முலாம் பூசி வெவ்வேறு திணிப்புகளைச் சொல்லுகின்றனர். பரதர், நாட்டிய இலக்கணத்தை எழுதினார் என்று முன்னுரிமை கொள்கின்றனர், இவை எல்லாம் அப்பட்டமான திணிக்கப்பட்ட பொய்களேயாகும்.

தமிழகத்தில் ஆடல்

தமிழகத்தில் பரதம் நீங்கலாக தமிழகத்தின் தொன்மையான ஆட்டங்கள் சில. அவற்றுள் சிலவற்றைக் கீழே தருகிறோம். கும்மியாட்டம், கோலாட்டம், ஒயிலாட்டம், காவடியாட்டம், கரகாட்டம், கணியான் கூத்தாட்டம், புரவியாட்டம், தெருக்கூத்தாட்டம், பொம்மலாட்டம், நிழலாட்டம் போன்ற பல.

1. கும்மியாட்டம் :

தெய்வங்களை வழிபடும் பொருட்டு முளைப்பாரிக் கும்மியாட்டம் ஆடப்படுகிறது.

2. கோலாட்டம் :

ஆலய விழாக்களில் பொட்டுக்கட்டி விடப்பட்ட தேவதாசிகள் ஆடுவதாகச் சொல்லப்பட்டது கோலாட்டம். தற்போது மேடையாட்டமாகிப் போனது.

3. ஒயிலாட்டம் :

வள்ளி கல்யாணம், இராமாயணம், பாரதம் இசைப் பாடல், சொல்லுவதின் மூலம் கூறப்பெறுவது.

4. காவடியாட்டம் - கரகாட்டம் :

குறிஞ்சிநில முருகனுக்கும், மாரியம்மனுக்கும் எனக் கொள்ளப்பட்டது காவடியாட்டம் - கரகாட்டம்.

5. கணியான் கூத்தாட்டம் :

தொழில் நுணுக்கமான சதங்கை ஒலி, பாத அடவுகள் கொண்டு ஆடுவது. ஆனாலும் சுடலைக் கருப்பன், சொக்கன் என சிற்றூர் இறைவர் இறைவிகளை வழிபடும் கூத்து, தென்பாண்டி நாட்டு கூத்தாட்டம் சிறப்பு பெற்றது.

6. புரவியாட்டம் :

திரெளபதி சபதம், பீமன்கதை, சிவபார்வதி கதைப் பாடலாகவும் உரைநடையாகவும் கூறி ஆடுவது புரவியாட்டம். இதனை கார்குதிரையாடல் என்று கூறுவர்.

7. தெருக்கூத்தாட்டம் :

குரு பரம்பரைக் கூத்தாக மேடை இல்லாமல் திரெளபதைக் கதை, பாரதக் கதை, துரியோதனவதம், ராமாயணக் கதை ஆகியனவாகத் தொடர்ந்து பல இரவுகளாக நடத்துவது தெருக் கூத்தாட்டம்.

8. பொம்மலாட்டம் :

புராணக் கதைப் பொம்மைகளைக் கயிற்றில் கட்டி அசைத்து ஆட வைப்பது பொம்மலாட்டம், அதாவது பாவைக் கூத்தினைப் போல, இசை, பாடல், உரைநடை எல்லாம் பின்னணி, ஆனால் இதில் அரிச்சந்திரன் கதை, ராம கதையே பெரும்பான்மையாக இடம் பெறும்.

8. நிழலாட்டம் :

பொம்மலாட்டம், உருவத்தைக் காட்டுவது நிழலாட்டம், திரைக்குப் பின்னால் வெளிச்சம் போட்டு பாவையின் நிழல் இப்பாவைகள் திரையில் தெரியும்படிக் காட்டுவது, தோலால் செய்யப்பட்டது. பரவலாகி இராமாயண மகாபாரதக் கதைகளே இதில் காட்டப்படும்.

இடமும், காலமும் இசையும், எழுச்சியும் ஒன்றிணைந்தால் மகிழ்ச்சி யுண்டாகிறது இம்மகிழ்ச்சியை வெளிப்படுத்தியே ஆக வேண்டும். இதுவே பாடலும், ஆடலும் ஆக வெளிப்படுகிறது. இது தவிர்க்க இயலாதது.

ஆடற்கலை உடலுணர்வு, நிலை, சைகை காட்டும் குறிப்பு, கண் அசைவு, முகத்தோற்றம், உட்பட மனமும் அசைய வேண்டும். உணர்வோ உயிரின்

தன்மை உயிர் இறைவனுக்கு உடைமை. இறைவன் இசை வடிவினர். இறைவன் அசைகிறார். இசையும் அசைகிறது. எனவே நளிநயம் தோன்றுகிறது. ஆடலும் இணைகிறது.

எந்தக் கலையையும் மார்க்சிய பார்வையில் பார்ப்பது மிக அவசியமாகும். ஏனெனில் இப்பார்வை மட்டுமே பொருள் முதலியல் நோக்கிய ஆய்வுக்கு உட்படுத்தும். பொருள் முதலாகிய மண் முதல் விண் வரையிலான ஐம்பொருள்களின் அணுக்களிலும் அவற்றின் கூடுதல் குறைத்தலுமான சேர்க்கையின் விளைவிலும் தோன்றி அமைவதால் இது வியப்பிற்குரிய தாகவும், பயனளிப்பதாகவும் அமைகிறது, எனவே அவைகள் இயங்கு கின்றன. இதனை நடவரசர் வடிவம் காட்டுகின்றது. கையில் தீ, காலில் மண், தலையில் நீர், துடியில் காற்று ஆடும் இடம் வெளி இவ்வண்ணம் ஐம் பொருள்களும் தன் வடிவில் தன் உறுப்பின் விளங்கதான் அவைகள் கூறப்படுகின்ற பொருளாய் ஆற்றலாய்ப் படைத்துச் சுட்டுகின்றான் என்பார்.

மேலும் இறையாடலை அணுவின் இயக்கத்தோடு ஒப்பிடுவர். அணுவில் நிலைத்த அணுவும் அதனை வளையச் சுற்றும் அணுக்களும் உள்ளன. மைய அணுவைச் சுற்றும் அணுக்கள் அகலாமலும், அணுகாமலும் ஒன்றோடொன்று மோதிக் கொள்ளாமலும் அமையும். இதனை நியூட்ரான், புரோட்டான்கள் என அறிவியலாளர்கள் கூறுவர். நமது அண்டவெளியும் இத்தகையதே!

இறைவன் ஆடிக்கொண்டே இருக்கின்றார். எனவே அனைத்தும் ஆடிக் கொண்டே இருக்கின்றன என்னும் சித்தாந்த கொள்கை உருப்பெற்றது. எனவே அறிவியல் கொள்கையில் புலப்படாத ஒன்றைப் பழந்தமிழர்கள் நடவரசர் வடிவத்தில் கண்டு இயற்றினர். இவர்களின் பேரறிவு அளப்பரியது என்பர்.

இறைவர் ஞான வடிவினன். அவ்வடிவில் மெய்ஞானக் கலை கலந் திருக்கிறது. இறைவனின் மெய்யன்பர்கள் நடவரசர் வடிவம் ஐந்தொழிலை இயற்ற வல்லது. இன்ப வடிவானது; அறிவு உண்மை அனைத்தையும் தாங்கியது என்பர். இதனை ஞானக் கண் கொண்டு அனுபவிக்கின்ற போதுதான் நடவரசர் இசை வடிவினர் என்பதை நாம் அறிவோம் என்பர்.

இவ்வாறே அனைத்துக் கலைகளின் இருப்பிடமாகவும் பிறப்பிடமாகவும் விளங்குகின்ற நடவரசத் திருவடிவைச் சிந்திப்பதற்கு முன் அதற்கு இன்றியமையாத நாட்டிய வகைகளையும் அவற்றின் இலக்கணங்களையும் கற்றறிய வேண்டியது அவசியமாகிறது.

❁

நாட்டிய உறுப்புகள்

நாட்டியத்திற்கு உடல் உறுப்புகள் அனைத்தும் மிக முக்கியமானதாகும். தலை, கண், புருவம், உதடுகள், கை, கால்கள், உடல் என அனைத்து உறுப்புகளுக்கும் பாவம் உயிராகவும், இராகம் உயிர் வளியாகவும், தாளம் இதயத்துடிப்பாகவும் விளங்குகின்றது. இவை அனைத்தும் கூடியே இயக்கம் நடைபெறுகின்றது. இதனால் உணர்வு உணர்ச்சியை ஊட்டடல் ஆகிய செயல்கள் ஊட்டுகின்றது. இந்த நாட்டியச் செயல் பலதிற வேறுபாட்டாலும், செயல் வேறுபாட்டாலும் ஆடுவோர் தரத்தாலும் ஆடல்கள் பலதிறப் பட்டன. அதில் இறையாடலில் தாண்டவம், கரணம் என்பன முக்கிய மானவை. இது குறித்து அறிதல் வேண்டும். அதற்கு முன்பாக நளிநயங்கள் குறித்து ஓரளவேனும் தெரிந்திருத்தல் அவசியம்.

தலை நளிநயங்கள் :

நாம் ஒருவரை நோககும்போது முகத்தைத்தான் முதலில் நோக்குகிறோம். பின்பு கண், கழுத்து, கை, கால்களை காண்போம். இம்முறையை ஒட்டியே ஆடுபவர்க்கும் தலை நிலையை முதலில் அறிய முயல்கிறோம். அதனை தொடர்ந்தே ஏனைய நிலைகள் காண்கிறோம். மன எண்ணங்களாகிற அவை அனுபவங்களை முகத்தின் வாயிலாகத்தான் வெளிப்படுத்த இயலும்.

ஆதலால் முகநிலை நாட்டியத்திற்கு மிக முக்கியமானது. முகம், என்பது தலையின் முன்பகுதி. எனவே இதனை தலை (சிர) நிலை எனவும் கூறுவர்.

தலைநிலை 19 வகை என்று பரதார்ணவம் கூறுகின்றது. பரத நாட்டிய நூல் 13 எனக் கூறுகின்றது. சில நூல்கள் 10,9 என கூறுகின்றன. வேறு சில நூல்கள் முறை வைப்பினும் மாறுபாடுகளுடன் கூறுகின்றன. பரதார்ணவம் கூறும் 19 வகையான முக நளிநயங்கள் அனைத்தும் பிற நூல்களில் அடங்கி யுள்ளன. எனவே பரதார்ணவம் கூறும் நிலை கொண்டே இனி காண்போம்.

வாசகர்களே! நளிநயங்கள் பொருத்தவரை ஒவ்வொரு செயல்நிலைக்கும் பெயர்கள் வடமொழியில் கூறப்பட்டுள்ளன. அதனை நேரடியாகத் தமிழாக்கம் செய்ய முயன்றிருக்கிறேன். இவ்வாறு மொழியாக்கம் செய்யும் போது பொருள் மாறுபட வாய்ப்புள்ளது. தமிழும், நாட்டியமும் அறிந்த அறிஞர் பெருமக்கள் வடசொற்களுக்கு நற்றமிழில் மொழி பெயர்க்க முடியும். எனவே என்னால் இயன்றவரை தமிழ் மொழியாக்கம் செய்து இருப்பினும் வடசொல்லைத் தருகிறேன். மொழியாக்கம் செய்ய முடியாத நிலையில் வடசொற்களையே பயன்படுத்தியுள்ளேன். தமிழறிஞர்கள் மன்னிக்க வேண்டுகிறேன்.

தலையசைப்பு (தூதும்) :

தலையை வட்டமாகச் சுழற்றுதல் என்பது இதன் பொருள். நகை கூத்தாடுதல், தெய்வமோ, பேயோ ஒருவர் மீது ஆட்கொண்டால் எப்படி ஆடுவரோ அதுபோல் ஆடிக்காட்டுவது.

விதுதம் :

பக்கவாட்டுகளில் தலையை இப்படியும் அப்படியும் அசைப்பது. இதனை மென்மையாகவும் குறிப்பாக வேகமாகவும் அசைத்துக் காட்டுவது. புல்லாங் குழல் வீணை வாசித்தல், படுத்தல், அனுமன் கருடன் ஆகியோரது கோபத்தை வெளிப்படுத்துதல், நோய், நொடி போன்றவற்றைச் சுட்டுதல், குளிரால் நடுங்குவதை வெளிப்படுத்துதல் போன்ற காட்சிகளுக்கு விதுதம் என்பர்.

அவதூதம் :

தலையை மேலும் கீழும் அசைப்பது. இது ஒரு இடத்தைக் குறிப்பதற் காகவும், பேச்சின்றி ஏதாவது ஒன்றைக் குறிப்பிடவும், தூது சொல்லவும், ஒருவரை இருக்கச் சொல்லவும் உரையாடவும் பயன்தரும் அசைவாகும்.

தம்பிதம் :

தலையை மேலும் கீழுமாக வேகமாக அசைப்பது, அவசரமாகக் கேள்வி கேட்டால், ஒன்றைப் புரிந்து கொண்டதாக அறிந்து, புகழ்தல், ஆம், அல்ல எனக் கூறுதல், புரிந்து கொண்டதாகத் தெரிவித்தல், கோபம், அதட்டுதல், ஊகம், மிரட்டுதல் போன்றவற்றிற்குப் பயன்படும் இத்தலையசைப்புகள்.

ஆகாம்பதம் :

தலையை மேலும் கீழுமாக மென்மையாக இருமுறை அசைத்தலாகும். மனதில் உள்ள கருத்தை பிறர்க்கு புலப்படுத்துவது, இனிமையைத் தெரிவிப்பது, கேள்வி கேட்பது, உபதேசிப்பது, அமரும்படி சொல்வது இவ்வசைவுகளில் புலப்படும்.

பரிவாகிதம் :

தலையை நாற்புறங்களிலும் சுழற்றுவது. வியப்பு, நினைவு கூர்தல், ஆய்தல், பொறுத்தல், யோசித்தல், விடுதல், காதலன் பின் தொடர வியப்படைதல், மகிழ்ச்சி, சிரிப்பு, கோபம் இம்முறை பயன்படுத்தப்படும்.

அஞ்சிதம் :

வளைக்கப்பட்ட கழுத்துடன் சற்றே தலை சாய்ந்திருப்பது. மோகம், கவலை, மயக்கம், நோய் போன்ற நிகழ்விலும் முகவாயினைக் கையால் பிடித்திருக்கும் நிலையிலும் இக்காட்சி நிகழும்.

நிகஞ்சிதம் :

தோள்களை உயர்த்தி கழுத்தை வளைப்பது. கோபிக்கும்போதும், காதலன் கூந்தலை பற்றி இழுக்கும்போது வலிப்பதுபோல் பாசாங்கு செய்வதும், செல்லமாகக் கோபிக்கும்போதும், பெண் முதன் முதலில் புணர்ச்சி கொள்ளும்போதும், நினைத்த வேலை நிறைவேறியதைக் குறிக்கும்போதும், பனிச்சுமையில் ஏற்பட்ட மகிழ்ச்சி அல்லது துன்பம் போன்றவற்றை வெளிப்படுத்தும் இதனை ஆடலியலாகக் கொள்வர்.

உக்கிதம் :

தலையைப் பின்புறமாக சாய்த்து நிமிர்ந்து பார்ப்பது. இது விண்ணை நோக்கும்போதும், உயரத்தில் உள்ள பொருள்களை பார்க்கும்போதும் இந்நிலை சுட்டுவர்.

அதோமுகம் :

முகம் கீழ்நோக்கிக் குனிந்திருப்பது, வெட்கம், வருத்தம் நிலத்தில் உள்ள பொருட்கள் காண்பது போன்ற செயல்களை குறிக்கும்.

(உ) லோளிதம் :

இது நாற்புறமும் தலையைத் திருப்புவதாகும். போதை, மயக்கம், நோய், உறக்கம் இவற்றைக் குறிக்கப் பயன்படும்.

செறுக்கு (திரியங்குதோன்னதம்) :

தலையை ஒரு குறிப்பிட்ட கோணத்தில் வளைத்துத் தாழ்த்தி உயர்த்துவது. இது விரும்பிய காதலனைச் சேர்ந்த வெற்றியிலும், நினைத்த காரிய வெற்றியடைந்த செருக்கிலும், பிறரை மதியாத செருக்கிலும் பயன்படுத்தப் பெறும்.

கந்தானனம் :

தோளில் தலையைச் சாய்த்து வைப்பது. இது மயக்கம், கவலை, தூக்கம், போதை, காதலனை பிரிந்து மீண்டும் காணும்போதும், சிங்கம், புலி இவைகள் திரும்பிப் பார்ப்பதையும் குறிக்கும்.

ஆராத்திரிகம் :

தோள்களை ஒட்டினார்போல் கழுத்தை வைத்துக் கொண்டு தலையை சுழற்றுவது. இது பிறர் கருத்தை அறிவது, வியப்பு ஆகியவற்றைக் குறிக்கும்.

சமம் :

இயல்பாக தலையை வைத்திருப்பது நாட்டியத்தில் தவம், பாரம் சுமத்தல், ஓவியம், இறைநிலைகளை சுட்டுவது, அசையாமல் நின்றல் போன்ற நிலைகளில் தலையின் நிலை சமமாக நிற்கும்.

பக்கமுகம் (பார்சுவமுகம்) :

முகத்தை ஒரு பக்கம் திருப்பி கொள்ளுதல், இது பக்கத்தில் உள்ளவர்களை, உள்ளவைகளை பார்க்கப் பயன்படும்.

தலை குறித்து மேலும் பலமுறைகளை பல நூல்கள் பலவாறு கூறுகின்றன. அவைகள் மேற்கூறிய தலையசைவுகளையே மாறி மாறிக் கூறுவதால் இத்துடன் இதனை நிறைவு செய்வோம்.

நோக்கு நளிநயம்
(திருஷ்டி)

நாட்டியத்தில் ஈடுபடுவோர் தாம் நடிக்க தலை நளிநயத்தோடு கண், புருவம், மூக்கு, உதடு, கன்னம், முகவாய் ஆகிய தலையின் முன்புறம் அமைந்துள்ள இவ்வுருப்புகளையும் மனக் குறிப்புகள் வெளிப்படுவதற்கு ஏற்ற முறையில் அமைத்துக் கொள்ள வேண்டும். இவ்வாறு துணை உறுப்புகளில் "கண்" மிக முக்கியமானது. அப்பர், "குனித்த புருவமும், கொவ்வைச் செவ்வாயிற் குமிண் சிரிப்பும்" என புருவம், சிரிப்பு இவற்றைக் கூறி இன்புறுகிறார். விழிநிலை குறித்தும் ஏனையவற்றை பற்றியும் காண்போம்.

1. காம நோக்கு (காந்த திருஷ்டி) :

இதனை சிருங்கார திருஷ்டி எனவும் கூறுவர். மிகுந்த மகிழ்ச்சியுடன் காதலனை நோக்கும் பார்வை இது. புருவ வளைவு, கடைக்கண் பார்வை இவற்றுடன் கூடியது.

2. அச்சநோக்கு (பயனகம்) :

இது அச்சத்தால் விளைவது. மேல் இமைகள் உயர்த்தி, விழிகள் கண்ணின் மேற்பாகத்தில் உயர்த்தி, சுழற்சியுடன் அமையும் நிலை.

3. நகைநோக்கு (ஹாஸ்ய திருஷ்டி) :

கண்ணிமைகள் சற்றே மூடப்பட்டு, கருவிழிகள் உட்புறம் செலுத்தி பலவகையாகச் சுழற்றிப் பார்க்கும் நிலை.

4. அருள்நோக்கு (கருணை திருஷ்டி) :

கண்களில் நீர் ததும்ப விழிகள் மூக்கின் நுனியைப் பார்த்த நிலையில் அமைவது.

5. வியப்புநோக்கு (அத்புத திருஷ்டி) :

இமையோரங்களை வளைத்து விழிகள் நன்கு தெரியும், கருவிழி வெளிப்படும் வண்ணமோ மறைத்த வண்ணமோ வியப்புத் தோன்றக் கடைக்கண்ணால் காண்பது.

6. வெகுளி நோக்கு (ரௌதிர திருஷ்டி) :

புருவங்கள் நெளிய கண்கள் சிவக்க, விழிகள் அசைவற்று நிற்க, இமைகள் மட்டும் அசையப் பார்க்கும் கோபம் நிறைந்த நிலை.

7. வீர நோக்கு (வீர திருஷ்டி) :

கண்களை ஒன்றாகத் திறந்து விழிகள் அசையாமல் நிற்க கடைக்கண் குறுகிப் பார்க்கும் நேரிய பார்வை இது. கொடை, உறுதி, விளக்கம், இனிமை ஆகிய காட்சி இப்பார்வை சிறப்பாக அமையும்.

8. வெறுப்பு நோக்கு (பீபத்ஸ திருஷ்டி) :

இமைகளை அடிக்கடி சேர்த்தும், கடைக்கண்களைச் சுருக்கியும், விழிகளை இங்கும் அங்கும் அசைத்தும், அறுவெறுப்போடு நோக்கும் நிலை.

மேற்கூறிய இவ்வெட்டு நோக்குகளுக்கு நிகராக மனமாற்றத்தை வெளிப்படுத்தும் விதமாக மேலும் விரிவான 8 விதமான நோக்குகளும் உண்டு.

இனி பல வகையான மனநிலைகளை விளக்கும் நோக்குகளைக் காண்போம். அவை முறையே :

1. நோக்கமற் நோக்கு
2. ஒளியற்ற நோக்கு

3. களைத்த நோக்கு
4. நாளா நோக்கு
5. ஐய நோக்கு
6. மூடிய நோக்கு
7. பாதி மூடிய நோக்கு
8. சோர்ந்த நோக்கு
9. பொறாமை நோக்கு
10. கூச்ச நோக்கு
11. நிச்சயமற்ற நோக்கு
12. நோயுற்ற நோக்கு
13. சோக நோக்கு
14. இன்ப நோக்கு
15. விருப்பமற்ற நோக்கு
16. பெருமித நோக்கு
17. திகைப்பு நோக்கு
18. துடிப்பு நோக்கு
19. நடுக்க நோக்கு
20. களிப்பு நோக்கு

என 20 வகைப்படும்.

  இவ்விருபது வகைகளும் முன்கூறிய 8 நோக்குகளில் வெளிப்படுவனவாக அமையும். இவைகள் தாண்டவம், கரணம் போன்றவைகளிலும் அமையும்.

❈

புருவம், மூக்கு, கழுத்து, உதடு, முகவாய்

புருவம் :

கண்ணுக்கு ஒத்துச் சுவையுணர்ச்சயை வெளிப்படுத்த புருவத்திற்கு முக்கிய பங்குண்டு. அவை முறையே 1. உயர்த்துதல், 2. வீழ்த்துதல், 3. வளைத்தல், 4. சதுரமாக அமைத்தல், 5. சுழற்றுதல், 6. நிற்றல் என்பதாகும்.

புருவங்களை நெற்றியின் மேல் உயர்த்துதல், இயல்பாகவும் மேலேறியும் கீழ்நோக்கி இரக்குதல் என்பது வீழ்த்துதல் ஆகும். மூச்சு விடும்போது இனிமையாக புருவங்கள் அசைத்தல் சதுரமாகும். ஒரு புருவத்தையோ இரு புருவங்களையோ அழகாக அசைப்பது வளைத்தல் ஆகும். புருவங்களை உயர்த்தியும் தாழ்த்தியும் காட்டுவது சுழற்றல் ஆகும். உயர்த்தாமலும் தாழ்த்தாமலும் இயல்பாக இருப்பது நிற்றல் ஆகும். அதுமட்டுமின்றி புருவத்தின் நுனியை மேல் உயர்த்திக் காட்டுதல் ‘‘பிருகுடி’’ என ஏழு வகையாக கூறுவர்.

மூக்கு :

நதம், விகுரி(ஷ்)டம், உச்சுவாசம், விக்ஷுநிதம் சுவாபிசம் என மூக்கால் இயற்றும் குறிப்புகள் 64 வகைப்படும். இவை எந்தெந்த குறிப்புகளைக்

காட்டுகின்றன என்பதை அறிய முடியவில்லை. நாட்டியக் கலைஞர்கள் இது குறித்துத் தெரிவிப்பின் நன்றியுடையவன் ஆவேன்.

கழுத்து :

கழுத்து வணங்கிய நிலையில் இருப்பின் அது 'க்ஷாமம்' என்பர்; மலர்ந்த நிலையில் அமையின் 'புல்லம்' என்பர்; அசையும் நிலையில் 'கூரணம்'; துடிக்கும் நிலையில் 'சம்பதம்'; சுருங்கிய நிலையில் 'குஞ்சிதம்'; இயல்பாக நின்றால் 'சமம்' என அறுவகையினைக் கூறுகின்றனர். மூக்கு நிலையிலே இவ்வாறும் விவரம் அறிய இயலாததாக உள்ளன.

உதடு :

இதுவும் 6 வகைகளைக் கூறுகின்றன. இவை முறையே வளைத்தல், நடுங்குதல், விடுத்தல், மடித்தல், தூற்றல், அடித்தல், இயல்பாக வைத்து கொள்ளுதல் என்பதாகும்.

முகவாய் :

முகவாய்த் தோற்றங்களும் ஆறு வகைப்படும். இவற்றின் பெயர்கள் அறிய முடியவில்லை. முகத்தை நாட்டிய ஆடல் பாவங்கள் ஒவ்வொரு ஆடல்கள் தோறும் பல வகைகளில் காட்டப்பெறுகின்றன. எனவே, ஆடல் கலையை அறிந்து சுவைக்க ஆடல்வாணர், ஆடல் வாணி ஆகியோரின் முகத்தில் இத்தகைய உணர்ச்சிக் கூறுகளை உணர்தல் அவசியம்.

❋

மார்பும் - இடையும்

ஆடலியக்கத்தில் தலை, முகம், கழுத்து இவற்றிற்கு அடுத்தபடியாக மார்பு கூறப்படுகின்றது. இவை ஆண்களுக்குக் கூறும்போது குவிந்திருத்தல், நிமிர்ந்திருத்தல், நெஞ்சுயர்த்துதல், இயல்பாக (சமம்) சாட்டுதல் என்பனவாம்.

இதே நிலையே பெண்களுக்கும் பொருந்துவதாகும். பெண்களுக்கு மார்பு (முலைகள்) சதைத் திரட்சியாக உள்ளதாலும், முலைகள் ஆண்களைக் கவருமாறு அமைவதாலும், ஆடலியக்கத்தின்போது அவைகளும் அசைவதாலும் மேற்கூறிய நான்கு வகையிலும் சற்றுக் கூடுதலாக தெரியக் கூடும். எனவே, ஆடலில் பெண்களின் மார்பு ஒரு கவர்ச்சியை ஊட்டுவனவேயாகும்.

இந்நிலையே பெண்களை ஆடவைத்து ஆண்கள் காம உணர்வுடன் பார்க்க வைக்கும் நிலை ஏற்பட்டதோடு, அத்தகை ஆடல் பெண்கள் தங்களின் படுக்கை சுகத்திற்கும் பயன்படுத்தப்பட்டனர்.

ஆடல் வகைகளுக்கு மார்பு எடுப்பாக இருக்கும். உயர்த்தியும், தாழ்த்தியும், நடுக்க நிலையுடனும், சமமாகவும் நடிக்க வேண்டியிருக்கும். இவற்றினை வடமொழியில் "உத்வாகிர்தம்" "சமம்" "பிரகம்பிதம்" என நாட்டிய நூல்களில் கூறப்படுகின்றன. நாம் சிற்பங்களிலும், ஓவியங்களிலும்

மார்பு அமைப்பை நோக்கும்போதும் அவற்றை, நூல்கள் வாயிலாக அறிந்து பார்க்கின்றபோதும், இந்த மெய்ப்பாட்டை நாம் உணருவோம். எனவே இது குறித்து நன்குணர்தல் வேண்டும்.

ஆடலில் இடைப்பகுதிக்குச் சிறந்த பங்குண்டு. ஆடல் வகைகளுக்கு ஏற்ப இடுப்பை முன்பக்கம், பின்பக்கம் வளைத்தல், பக்கவாட்டுகளில் வளைத்தல் வேண்டும். இவைகளை ஆலோனித்த பார்சுவம், விலோனித பார்சுவம், குஞ்சிதபார்சுவம் என 3 வகையாகக் கூறுவர்.

இடை எப்பக்கமும் வளையாது சமநிலையில் நிற்றலும் வயிற்றை உள்ளிழுத்து நிற்றலும், முன் வளைந்து நிற்றலும் என 3 வகைகளுண்டு. இதனை இ(ங்) பாவிகம், தமிதம், அநமிதம் என வடமொழியில் கூறுவர்.

ஆடலுக்கு தலை, கை, விரல், மார்பு, விலா, இடுப்பு, கால் என ஏழு உறுப்புகளின் செயலும் கண், புருவம், மூக்கு, இமை, கன்னம், உதடு, பல், முகவாய் முதலிய 9 துணையுறுப்புகளின் செயலும், கழுத்து, தோள், முழங்கை, மணிக்கட்டு, வயிறு, முதுகு, தொடை, முழங்கால், கணைக்கால், குதிகால், காற்படம் இடம் முதலிய 12 உறுப்புகளின் செயலும் இன்றியமை யாதது. எனவே உச்சி முதல் உள்ளங்கால் வரையிலுள்ள உறுப்புகள் அனைத்தும் நாட்டியத்தின் முக்கியக் கூறுகளாக விளங்குகின்றன.

கை நளிநயங்கள்

நளிநயங்கள் குறித்துப் பல்வேறு நூல்கள் பல்வேறு வகைகளில் கூறுகின்றன. கை நளிநயங்களை அறிஞர் புரட்சிதாசன் அவர்கள் தனது நாட்டிய நன்னூலில் சிறப்புடன் கூறியுள்ளார். அதனை அப்படியே தருவதில் மகிழ்ச்சி அடைகிறேன்.

நளிநய உறுப்புகளான கை, கால், இடை, தலை என இவற்றில் நளிநயம் எனக் கூறுமிடத்து அடியார்க்கு நல்லார், ஒற்றைக்கை, இரட்டைக்கை என வகைப்படுத்தினர். இவற்றை முறையே வடமொழியில் அஸம்யுத ஹஸ்தம், சம்யுத ஹஸ்தம் என்பர்.

அகத்திற்குரியவை எழிற்கை, தொழிற்கை எனவும், புறத்திற்குரியவை ஒற்றைக்கை பிண்டி எனவும், அவை பதாகை முதலாக இருபத்து நான் கெனவும், இரட்டைக் கை, பிணையல் எனவும், அவை அஞ்சலி முதலான பதின்மூன்றெனவும் ஆக 37 நளிநயங்கள் ஆகும்.

சிலப்பதிகார உரையில் பஞ்சமரபு வெண்பாக்களை எடுத்தாண்ட அடியார்க்குநல்லார்; அக - புற, நளிநயக் கைகள் 33 என்றார். மேலும் விளக்கத்தில் 33+15=48 எனக் குறிப்பிடுகிறார். பஞ்சமரபு வெண்பாவும் 48 என்றே கூறும்.

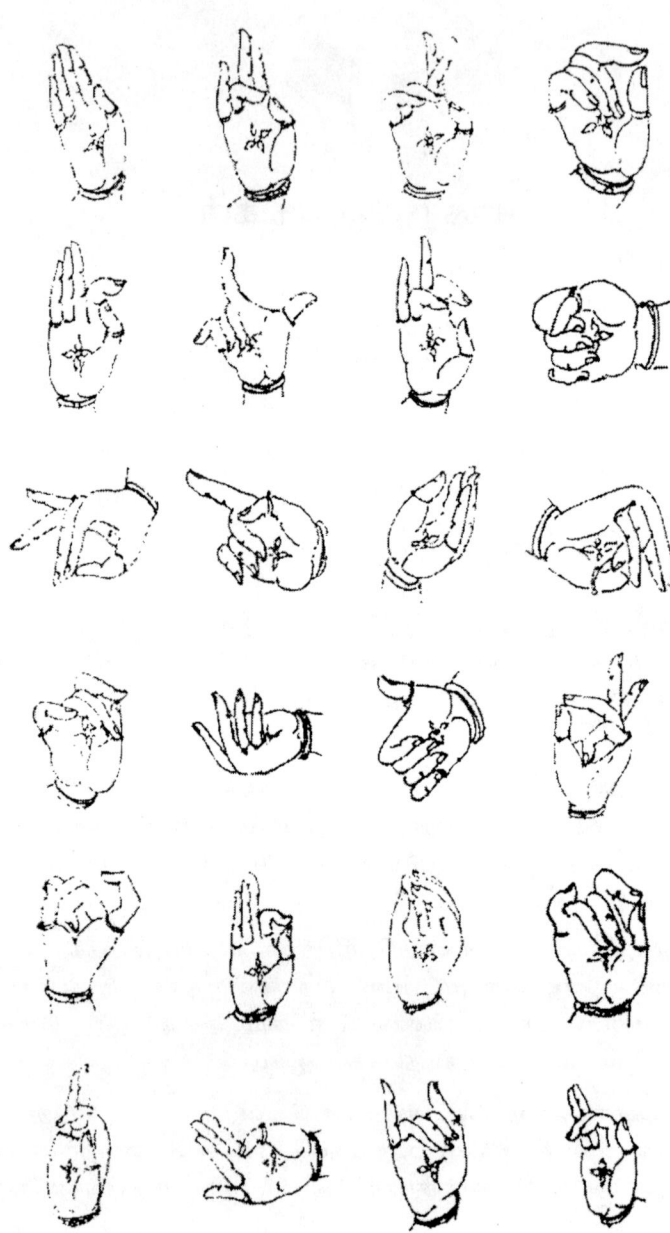

முத்திரைக் கைவகைகளில்கூட சில புராணத் திணிப்புகள் உள்ளன வற்றையே திரித்து ஏதோ புதிதாகக் கூறுவதுபோல அடியார்க்கு நல்லார் தெளிவான விளக்கமுடன் கூறிய முப்பத்து மூன்றுடன், ஐந்து சேர்ந்து முப்பத்து எட்டெனக் கூட்டிக் கூறுவதுபோல பரதநாட்டியமென்ற திணிப்புப் பெயருடைய நூல்; ஒற்றைக்கை பதாகக்கை முதலானவை என இருபத்து நான்கு கூறுகிறது. பரதார்ணவம் - 27, பரதசங்கிரகம் - 23, பரத நவநீதம் - 28, நடனாதி வாத்தியரஞ்சமோ நூற்றெட்டு கரணங்களுக்குரியதாக (108) கைகளையும் ஏதோ சொல்கிறது.

ஆனால், அதற்குரிய முத்திரை நளிநய விளக்கம் பற்றி எதுவும் அவை கூறவில்லை. அடியார்க்கு நல்லாரோ அவர் கூறிய முத்திரைகளுக்கு அவரே மேற்கோள் விளக்கம் கூறி இருக்கிறார்; அவை மொத்த வரிசையாக ; பதாகை, திரிபதாகை, கத்தரிக்கை, தூபம், அராளம், இளம்பிறை, சுகதுண்டம், முட்டி, கடகம், சூசி, பதுமகோசம், காங்கூலம், கபித்தம், விற்பிடி, குடங்கை, அலபத்திரம், பிரமரம், தாம்பிரசூடம், பிசாசம், அகநிலை, முகுளம், பிண்டி, தெரிநிலை, மெய்ந்நிலை உன்னம், மண்டலம், சதுரம், மான்றலை, சங்கு, வண்டு, இலதை, கபோதம், மகரமுகம், வலம்புரி எனவாகும்.

மேற்கண்டவற்றில் நளிநயங்கள் 34 வருகின்றன. இங்கே பிரமரம் என்றாலும், வண்டு என்றாலும் ஒன்றுதான்.

கபோதம் என்றால் புறாக்கை. பிரமரம், வண்டு கபோதம் - இந்த மூன்றில் இதில் ஒன்று கூடி இருப்பதைக் கழித்தால் முப்பத்து மூன்றே வரும்.

விளக்கத் தெளிவு கூற முடியாத பரதநாட்டியம், பரதசூடாமணி, பரதார்ணவம், புராண தாண்டவ முத்திரைக் கைகளைச் சொல்லி எண்ணிக்கையைக் கூட்டுகின்றன. ஆனால் அவைகளில் ஆங்காங்கு கிடைத்த உண்மையான குறியீட்டு முத்திரைக் கைகளை மட்டும் இங்கே எடுத்தாண்டு கீழ்க்கண்டவாறு வகை பிரித்து, விளக்கமாக மொத்தம் 72 முத்திரைக் கைகள் என பெருங்கலைஞர் புரட்சிதாசன் கூறுகின்றார்.

ஆண் கைகள்	- 9
பெண் கைகள்	- 8
அலிக்கைகள்	- 6
பொதுக்கைகள்	- 9
இரட்டைக்கள்	- 15
ஆக	- 47

பதாகம் (பசாசம்)	- (வகை)	5
மண்டலம்	- (வகை)	5
அர்த்தபதாகம்	- (வகை)	7
இரட்டைக்கை	- (வகை)	8
ஆக		- 25

ஆக நாட்டிய நளிநய முத்திரை; 47+25 = 72

ஆண் கைகள் :

1.	(முஷ்ட்டி) முட்டி	(ஒற்றைக்கை)
2.	(சிகரம் உச்சி) விற்பிடி	(ஒற்றைக்கை)
3.	பதுமம் (விரிதாமரை)	(ஒற்றைக்கை)
4.	சந்தம்சம் (இடுக்கி)	(ஒற்றைக்கை)
5.	சிலந்தி	(ஒற்றைக்கை)
6.	சூசி (ஊசி)	(ஒற்றைக்கை)
7.	சதுரம்	(ஒற்றைக்கை)
8.	பதாகை (கொடி)	(ஒற்றைக்கை)
9.	திரிபதாகை (முக்கொடி)	(ஒற்றைக்கை)

பெண் கைகள் :

1.	கடகம் - நண்டு	(ஒற்றைக்கை)
2.	சுகதுண்டம் (கிளி மூக்கு)	(ஒற்றைக்கை)
3.	காங்கூலம்	(ஒற்றைக்கை)
4.	உன்னம் (அன்னப்பறவை)	(ஒற்றைக்கை)
5.	அராளம்	(ஒற்றைக்கை)
6.	பிறைக்கை (இளம்பிறை)	(ஒற்றைக்கை)
7.	அன்னப்பக்கம் (மற்றொரு அன்னம்)	(ஒற்றைக்கை)
8.	மான் தலை	(ஒற்றைக்கை)

அலிக்கைகள் :

1.	சர்ப்பக்கை	- (பாம்பு)	(ஒற்றைக்கை)
2.	வண்டு	- (பிரமரம்)	(ஒற்றைக்கை)
3.	முகுளம்	- (மொட்டு)	(ஒற்றைக்கை)
4.	கபித்தம்	- (விளாம்பழம்)	(ஒற்றைக்கை)

5. *கத்தரிக்கை - (ஒற்றைக்கை)*
6. *கோசம் - (பதுமகோசிகம்) (ஒற்றைக்கை)*

அலி கைகள் மிகமிகப் பழமையானவை. அவ்வழி வந்த நளிநயக் குறியீட்டுக் கைகளே ஆண்கை, பெண்கை, ஒற்றைக்கை, இரட்டைக்கைகள் எனப் பிரிவும், வகைகளும் கூறப்பட்டன. பாம்பு என்ற ஊர்வனவுக்கும், வண்டு என்ற பறப்பனவற்றிற்கும், மலர்மொட்டு, விளாம்பழம், இடுக்கி என இவற்றின் முதன்மை வழங்கி இருப்பதன் வாயிலாக இதன் தொன்மை உறுதிப்படும்.

பொதுக்கைகள் :

பொதுக்கைகள் ஒன்பது எனக்கூறியவற்றை இங்கு பெண்கைகளாகப் படிப்பிக்கின்றோம். இளங்கோவடிகள் கூறியவாறு பிண்டி என்றாலே பொருட்கை என ஒற்றைக் கையாகும். ஆனாலும் இந்தப் பொதுக்கைகள் ஒன்பதில் மகரம்; சங்கு என்பவை இரட்டைக் கைகளாகக் கொள்ளப் பட்டிருக்கிறது.

1. *மகரம் - (மீன்) (இரட்டைக்கை)*
2. *வலம்புரி (ஒற்றைக்கை)*
3. *சங்கு - (இரட்டைக்கை)*
4. *உன்னம் - (அன்னம்) - (ஒற்றைக்கை)*
5. *பிண்டி - (ஒற்றைக்கை)*
6. *இலதை - (ஒற்றைக்கை)*
7. *கபோதம் - (ஒற்றைக்கை)*
8. *தூபம் - (ஒற்றைக்கை)*
9. *பிரமரம் (வண்டு) (ஒற்றைக்கை)*

இரட்டைக் கைகள் (பெண்)

1. *அஞ்சலி - (இரட்டைக்கைகள்)*
2. *புட்பாஞ்சலி - (இரட்டைக்கைகள்)*
3. *பதுமாஞ்சலி - (இரட்டைக்கைகள்)*
4. *சுவத்தீகம் (குறுக்கீடு) - (இரட்டைக்கைகள்)*
5. *கடகவர்த்தனம் - (இரட்டைக்கைகள்)*
6. *உற்சங்கம் (அணைப்பு) - (இரட்டைக்கைகள்)*
7. *நிடதம் - (இரட்டைக்கைகள்)*

8. டோலம் - (மத்தளம்) (இரட்டைக்கைகள்)
9. புட்பபுடம் - (இரட்டைக்கைகள்)
10. மகரம் - (மின்வகை) (இரட்டைக்கைகள்)
11. யானைக்கொம்பு - (இரட்டைக்கைகள்)
12. அபயவர்த்தம் - (உதவிக்கரம்) (இரட்டைக்கைகள்)
13. வருத்தமானம் - (பதுமாஞ்சலி) (இரட்டைக்கைகள்)
14. கொற்கை - (இரட்டைக்கைகள்)
15. புத்திரிகம் - (இரட்டைக்கைகள்)

பிற கைகள் (பெண்) :

1. மண்டலம் - (ஒற்றைக்கை)
2. கற்கடகம் - (ஒற்றைக்கை)
3. அலாபத்திரம் - (ஒற்றைக்கை)
4. தாம்பிர சூடம் - (சிவப்பு கொண்டைக்கோழி) (ஒற்றைக்கை)
5. டோலம் - (இரட்டைக்கை)

ஆடுகால் அடைவுகளில் மண்டலம் என்பது அகட்டுக் கால் நளிநயம், கைமுத்திரையில் அது வட்டம் விரித்தல் என்பதாகும்.

பெண் கைகள் :

1. அர்த்தபதாகை (அரைக்கொடி) - (ஒற்றைக்கை)
2. கத்தரி முகம் - (ஒற்றைக்கை)
3. மயில் - (ஒற்றைக்கை)
4. கடகா முகம் - (ஒற்றைக்கை)
5. சிங்க முகம் - (ஒற்றைக்கை)
6. அன்ன அலகு - (ஒற்றைக்கை)
7. புலி - (ஒற்றைக்கை)

இரட்டைக் கைகள் பெண் கைகள் :

1. சம்புடம் - (இரட்டைக்கை)
2. கயிறு - (இரட்டைக்கை)
3. பிணைப்பு - (இரட்டைக்கை)
4. பன்றி - (இரட்டைக்கை)
5. ஆமை - (இரட்டைக்கை)

6. பருந்து - (இரட்டைக்கை)
7. இருபட அரவம் - (இரட்டைக்கை)
8. பேருண்டம் - (இரட்டைக்கை)

என்பனவாகும்.

கை நளிநயங்களில் இதுவரை புரட்சிதாசன் வகைப்படுத்திய கை நளிநயங்களைக் கண்டோம். இனி நளிநயங்கள் எவ்வாறு இருக்க வேண்டும் என்பதைக் காண்போம். இதன் ஊடே சிலவகை கை நளிநயங்களைக் கோட்டோவியமாகவும் காண்போம்.

1. கொடி (பதாகை) :

கட்டை விரல் நீங்கலாக பிற நான்கு விரல்களையும் உயர்த்திக் காட்டுவது. இதில் கட்டை விரல் சற்று மடங்கிய நிலையில் அமையும்.

2. முக்கொடி (திரிபதாகை) :

பதாகை கையில் அணி விரலை மட்டும் மடக்கியதாக அமையும்.

3. கத்தரிகை (கர்தரி) :

கட்டை விரலைச் சற்றே மடக்கிச் சுட்டுவிரல், ஒரு விரல் இரண்டையும் உயர்த்தி அணிவிரல் சுண்டு விரல் இவற்றை நன்கு மடித்துக் காட்டுவது.

4. புகை (தூபம்) :

புகை மடங்கி நிற்பதுபோல் விரல்களை மடக்கி காட்டுவது.

5. வளைவு (ஆரானம்) :

பெருவிரலை வளைத்துச் சுட்டுவிரலை மடக்கி மற்ற மூன்று விரல்களும் நிமிர்ந்து வளைவது.

6. இளம்பிறை (அர்தசந்திகள்) :

கட்டை விரல் நீங்கலாக மற்ற நான்கு விரல்களும் ஒட்டி உட்புறமாக வளைத்துப் பக்கவாட்டில் காட்டுவது.

7. கிளிமூக்கு (சுகதுண்டம்) :

சுட்டுவிரல் பெருவிரல் நுனி ஒட்டி நிற்க அணிவிரலை மடக்கி மற்ற இரண்டு விரல்களும் நேராக நிறுத்தியிருக்கும் நிலை.

8. முட்டி (முஷ்டி) :

கைளை இறுக மூடிக், கட்டை விரலை அதன்மேல் மடக்கி இருக்கும் நிலை.

9. நண்டு (கூகம்) :

பெருவிரலும் சுட்டு விரலும் தன் நுனிகளோடு சேர்ந்து மற்ற விரல்கள் மடக்கப் பெற்றதாக அமையும்.

10. சுட்டு (சூசி) :

சற்றே வளைந்த கட்டை விரல், சுட்டு விரல் உயர்த்தி, மற்ற விரல்கள் மடங்கிய நிலையில் அமைவது.

11. மலர் தாமரை (பதுமகோசிகம்) :

கையைச் சமமாக வளைத்து விரல்களை மலர்த்தி வைப்பது.

12. அலரரும்பு (காங்கூடம்) :

சுட்டுவிரல், நடுவிரல், பெருவிரல் இவை மூன்றும் முன்னோக்கிக் குவிய அணிவிரலை மடக்கி, சிறு விரலை நிமிர வைப்பது.

13. புறா (கபித்தம்) :

சுட்டுவிரலைச் சற்றே மடக்கிப் பெருவிரல் நுனியில் பொருந்த வைத்து, மற்ற விரல்களை உள்ளங்கையில் பொருத்த வைத்தல், மேலும் விரல்களை மடக்கிப் பின்புறங்களை வரிசையாக வெளிக்காட்டிக், கட்டை விரலை ஆட்காட்டி விரலின் மையத்தில் வைப்பது என்பர்.

14. விற்பிடி (சிகரம்) :

பெருவிரலை உயர்த்தி மற்ற விரல்களை உள்நோக்கி மடங்கியிருக்கும். வில்லைப் பிடிக்கும் காட்சியில் இதனைக் காணலாம்.

15. குடக்கை :

அனைத்து விரல்களையும் கூட்டி உட்குழிவாகக் காட்டுவது.

16. மலர் தாமரை (அலர்பதும்) :

அது ஏற்கனவே கூறிய பதுமரோசம் போன்றதேயாகும். விரல்கள் யாவும் தனித்தனியே வளைந்தும் விரிந்தும் சுருங்கியும் காட்டுவது.

17. வண்டு (பிரமரம்) :

அணி விரலும் நடுவிரலும் உள்ளங்கையில் பொருத்த வளைத்து சிறு விரலைப் பின்பக்கமாக வளைய வைத்து சுட்டுவிரலைச் சுருட்டி, கட்டை விரல் அடி பாகத்தில் வைத்து காட்டுவது. ஆடும் நிலையில் அணி விரல் நுனியும், பெருவிரல் நுனியும் ஒன்றுபடப் பொருத்தி சிறு விரலை உயர்த்தி காட்டுவதும் ஆகும்.

18. தாம்பிரஆடம் :

பெருவிரல், நடுவிரல், சுட்டுவிரல் மூன்றும் நுனிகள் கூடி, சிறு விரலும், அனிவிரலும் மடங்கி நிமிர்வது.

19. மூவிலை (பிசாசம்) :

பெருவிரலும், சிறுவிரலும் சற்றே மடங்கி இருக்க ஏனைய மூன்று விரல்கள் சற்றே விலகி, விலகி நிமிர்ந்து நிற்கும் நிலை.

20. தாமரை மொட்டு (முகுளம்) :

விரிந்த நிலையில் கைவிரல்களும் ஒன்று குவிந்து கவிழ்ந்த நிலையிலிருந்து உயர்ந்து நிற்பது.

21. பிண்டி

பெருவிரல் நீங்க மற்ற விரல்களை மென்மையாக மடங்க, அதன்மேல் பெருவிரலை வைப்பது.

22. உன்னம் (அன்னம்)

சிறு விரலும் பெருவிரலும் நுனிகள் கூட மற்ற மூன்று விரல்கள் நிமிர்ந்து நிற்பது.

23. வட்டம் (மண்டலம்)

அணிவிரல் பெருவிரல் நுனிகள் இணைந்து கவ்விப் பொருந்தும் 'அரவம்' போல் ஏனைய விரல்களை வளைத்து அமைப்பது.

24. சதுரம்

பெருவிரல் அணிவிரலில் கீழ் தொட, மற்ற சுட்டுவிரல் சற்று நீங்கியிருக்க, நடுவிரலும் சுட்டுவிரலும் அணிவிரலுடன் சேர்ந்தமைய வேண்டும்.

25. மான்தலை (மிருகசிஷம்)

சிறு விரலும் பெரு விரலும் உயர்ந்து, நிற்க மற்ற மூன்று விரல்கள் முன் பக்கம் வளைந்து காட்சியளிப்பது.

26. சங்கு

பெருவிரல் நீங்கலாக மற்ற விரல்கள் வளைந்து காட்டுவது.

27. வண்டு (மற்றொரு வகை)

பெருவிரலும் அணி விரலும் வளைந்து நுனிகள் தொட, நடுவிரலும் சுட்டு விரலும் வளைந்து காட்சி தருவது.

28. இலதை

நடுவிரலும் சுட்டு விரலும் நிமிர்ந்து நிற்க, பெருவிரல் அவற்றின் கீழ்வரை சேர மற்ற இரண்டு விரல்களும் முன்னும் பின்னும் நிமிர்ந்து நிற்பது.

29. புறா (கபோதம் மற்றொரு வகை)

பதாகையில் பெருவிரல் விலகி நிற்பது. இதனை ஒன்றன் மீது ஒன்றாக வைத்துக் காட்டுவதும், இதனை இரட்டைக் கை நளிநயம் என்பர்.

30. மீன் (மகர முகம்)

பெருவிரலும், சிறுவிரலும் விரிந்து மேலும் கீழும் அசைய, மற்ற மூன்று விரல்களும் ஒத்து ஒன்றியிருக்கும் நிலை

31. வலம்புரி

சிறு விரடுலும் பெரு விரலும் விரிந்து நின்று சுட்டு விரல் உள் வளைந்து மற்ற விரல்கள் நிமிர்ந்த நிலையில் அடங்குவது.

மேற்கூறிய ஒற்றைக் கை நளிநயங்கள் சிலப்பதிகார உரையாசிரியர் கூறுவதாகும். இவையன்றி பாரதார்ணவம் போன்ற வேறு சில நூல்களும் மேலும் பல்வேறு கை நளிநயங்களைக் குறிப்பிடுகின்றன. அவற்றுள் சிலவற்றை இங்கு காண்போம்.

1. அரைக் கொடி (அர்த பதாகம்)

திரிபதாக நளிநயத்தில் சிறு விரலை மடக்கியிருக்கும்.

2. மயில் (மயூரம்)

பெருவிரலுடன் சிறு விரலை இணைத்து மற்ற மூன்று விரல்களையும் விரித்து நிறுத்துவது.

3. பாணம்

முட்டி நளிநயம்போல் கவிழ்த்துச் சிறுவிரல் மட்டும் நீட்டியிருப்பது.

4. சிங்கக்காது (சிம்மகர்ணம்)

நடுவிரலையும் அணிவிரலையும் பெருவிரலோடு இணைத்து மற்ற இரண்டு விரல்களை நேரே நீட்டுவது.

5. அன்னப்பறவை (ஹம்ச பக்ஷம்)

அரவ நளிநயத்தில் சிறு விரலை மட்டும் நேரே நீட்டுவது.

6. ஹம்சாங்யம்

பெருவிரலையும், சுட்டுவிரலையும் நுனிகள் தொட அமைத்து, மற்ற விரல்கள் ஒன்றை ஒன்று தொடாமல் விரித்துக் காட்டுவது.

இவ்வாறாகப் பல நூல்களில் பலவிதமான கை நளிநயங்கள் பல்கிப் பெருகி 108 கை நளிநயங்கள் உள்ளதாகக் கூறுவர். இதுவரை ஒற்றைக் கை நளிநயங்களைப் பார்த்தோம். இனி, இரண்டு கைகளையும் இணைத்துக் காட்டும் நளநயங்களைக் காண்போம்.

❁

இணை கை நளிநயங்கள்

1. வணக்கம் (அஞ்சலி) : இரண்டு கைகளையும் பதாகையாக அமைத்து உள்ளங் கைகளை ஒட்டிக் காட்டுவது.

2. மலரிடுகை (புஷ்பாஞ்சலி): இரண்டு கைகளிலும் உள்ளங்கை குவிய ஒன்றுவது.

3. பதுமாஞ்சலி : இரண்டு கைகளையும் தாமரை மொட்டுப்போல் குவித்துக் காட்டுவது.

4. புறா (கபோதம்) : இரண்டு கைகளையும் புறாப்போல் சேர்த்துக் காட்டுவது.

5. கற்கடம் : இரண்டு கைகளின் விரல்களை விரித்து வளைத்துக் கைகளைப் பின்னி நிற்பது.

6. குறுக்கிடுகை (ஸ்வஸ்திகம்) : இரண்டு கைகளையும் பதாகை கையாகப் பிடித்து மணிக்கட்டில் ஒன்றோடு ஒன்றாகப் பொருந்த வைப்பது.

7. கடக விருத்தம் : சுட்டுவிரல் பெருவிரல் நுனி ஒட்டி நிற்க அணிவிரலை மடக்கி மற்ற இரண்டு விரல்களும் நேராக நிறுத்தியிருக்கும் நிலை.

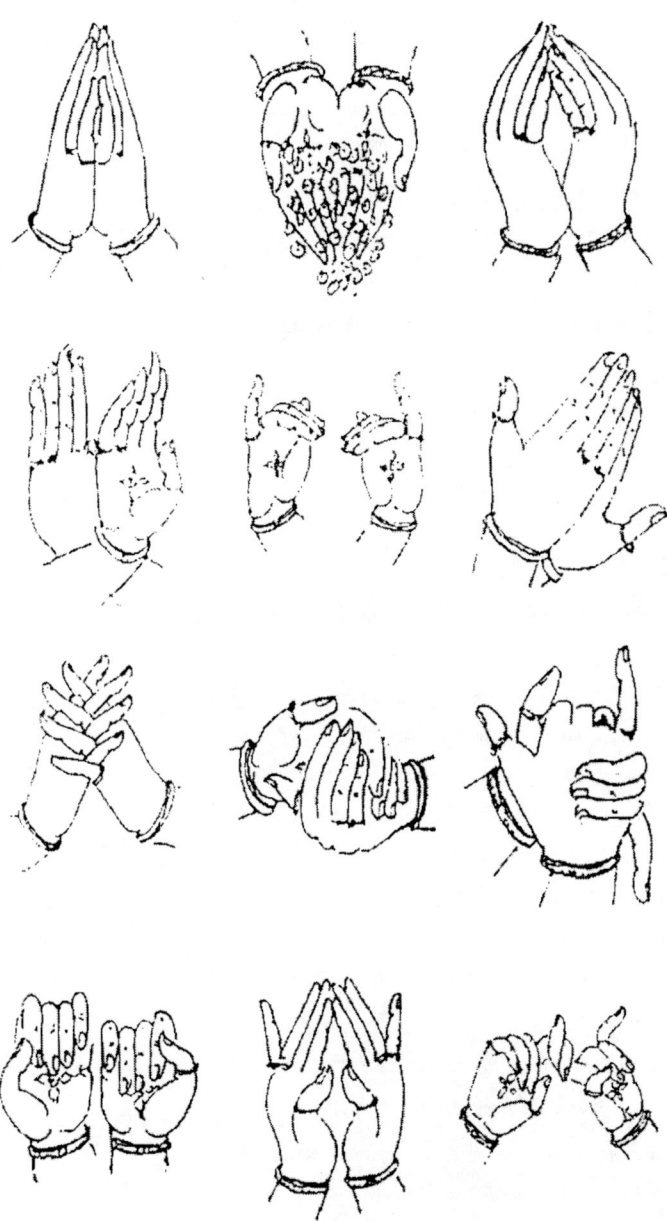

8. நிடதம் : இரு கைகளையும் முட்டி நளிநயம் போல் மார்புக்கு நேரே உயர்த்திக் காட்டுவது.

9. தோரம் : இரண்டு கைகளையும் பதாகை நளிநயம் கொண்டு ஒன்றின் உள்ளங்கையும் மற்றொன்றின் புறங்களையும் ஒன்ற வைப்பது.

10. உற்சங்கம் : ஒரு கையை அரவ நளிநயத்துடனும் மற்றொரு கையை பிறை நளிநயத்துடனும் அமைத்து, இரு கைகளையும் மணிக்கட்டில் ஒன்றிணைப்பது.

11. புஷ்பபுடம் : மலரஞ்சலி நளிநயம்போல் பக்கவாட்டில் காட்டுவது.

12. மீன் (மகரம்) : கபோத நளிநயத்தை இரண்டு கைகளிலும் காட்டி அகமும் புறமும் ஒன்ற வைப்பது.

13. சயந்தம் : பெயர் உள்ளது காட்சி அறிய இயலவில்லை.

14. காத்தல் (அபயம்) : கிளி மூக்குபோல் இரு கைகளையும் செய்து, இரு கைகளையும் மார்புக்கு நேரே காட்டுவது.

15. வர்தமாணம் : முகுள நளிநயத்தில் புறாக்கை நளிநயத்தை எதிரிட்டுச் செல்வது.

மேற்கூறிய 15 இரட்டைக் கைகள் சிலப்பதிகாரத்தில் இருந்து தெறிவு செய்யப்பட்டவையாகும். இவையன்றி பரத நூலில் தாடனம், சங்கற்பம், டோளம், உபசாரம், அபய வரதம், கருடம், பாரதி, கலகம், அபநோபளம் மல்யுத்தம் என்பனவற்றையும் கூறுகிறது.

பரதார்ணவத்தில் புஷ்பபுரம், அஞ்சலி, சதுரம், திரிபதாகங்கஸ்திகம், கர்தரி ஸ்வஸ்திகம், டோலம், அவசித்தம், வர்தமானம், பதாகஸ்வஸ்திரம், உத்தன வஞ்சிதம், கலசம் பட்சவஞ்சிதம், உத்சங்கம், திலகம், நாகபந்தம், வைஷ்ணவம் என 16 வகை பிணைக் கை நளிநயங்கள் கூறப்படுகின்றன.

இது மட்டுமின்றி நாட்டிய புலமங்களில் மேலும் பல கை நளிநயங்கள் கூறப்படுகின்றன. இவற்றுள் பராதர்ணவம் கூறும் 16 வகை கை நளிநயங் களையும் அறிந்து கொள்வோம்.

1. உத்விருத்தம் : அன்னப் பறவை நளிநயத்தை இரண்டு கைகளிலும் பிடித்து எதிர் எதிராகக் காட்டப்படுவது.

2. தலவத்திரம் : கொடி நளிநயத்தை இரண்டு கைகளிலும் பிடித்து எதிர் எதிராக வைத்து மேலும் கீழும், புரட்டியும் காட்டுவது.

3. விப்ரசீர்னம் : முக்கொடி நளிநயத்தோடு கூடிய குறுக்கிட கையராகக் கொண்டு ஒன்றோடு ஒன்று சேராமல் அமைவது.

4. யானைக் கொம்பு (கஜதந்தம்) : இரு கைகளையும் சிகர நளிநயமாகப் பிடித்டுது சிறு விரல்களைக் கொண்டு கொக்கியால் பற்றியிருக்கும் நிலை.

5. ஆவித்த வக்த்ரம் : விரிந்த நிலையில் கைவிரல்களும் ஒன்று குவிந்து கவிழ்ந்த நிலையிலிருந்து உயர்ந்து நிற்பது.

6. ஆசிவக்த்ரம் : இரு கைகளையும், சுட்டு நளிநயமாகக் கொண்டு எதிர் எதிராகச் சேர்த்து வைத்துக் கொள்வது.

7. இரேசிதம் : இரு கைகளையும் மலர் தாமரை நளிநயம் பிடித்து வேகமாக சுழற்றுவது; தேவைக்கேற்ப பக்கங்களில் நீட்டுவது.

8. அர்தரேசிதம் : மேற்கூறிய வண்ணம் வேகமாகச் சுழற்றி இடது பக்கமாக நீட்டுவது.

9. பல்லவம் : இரு கைகளிலும் கொடி (பதாகை) நளிநயம் பற்றி மணிக் கட்டிலிருந்து தொங்கச் செய்வதும், விரல் நுனிகளை மட்டும் அடிக்கடி அசைத்தலாகும்.

10. நிதம்பம் : இரு கைகளையும் முக்கொடி நளிநயம் பிடித்துத் தோள்களின் பக்கங்களில் தொடங்கி அசைத்துக் கொண்டே இடைவரை கொண்டு வருவது.

11. மயிர்க்கட்டு (கேசபந்தம்) : நிதம் நளிநயத்தோடு இரண்டு கைகளையும் அசைவுகளோடு தலைவரைக் கொண்டு செல்வது.

12. வஞ்சிக்கரம் (லதா ஹஸ்தம்) : இரு கைகளிலும் மலர் தாமரை நளிநயம் பற்றிக் கைகளை நீட்டி நுனியை அசைப்பது.

13. தும்பிக்கை (கஜ ஹஸ்தம்) : இடது வலது கைகளை முக்கொடி நளிநயம் பற்றித் தோளுக்கு அருகில் வைத்துப் பதுமகோச நளிநயத்துடன் கீழே தொங்க விடுவது.

14. வனப்பரவை (தண்டபட்சம்) : மலர்ந்த தாமரை நளிநயத்தை இரு

கைகளிலும் சிறுவிரலை முதலில் திருப்பி உள்ளும் புறமுமாகச் சுழற்றி பக்கங்களில் வீசி (அசைத்து) நீட்டுவது.

15. அறிவுக்கரம் (ஞானக்கரம்): ஒரு கை கொடி கரமாகவும் மற்றொரு கை அன்னப்பறவை நளிநயம் கொண்டு மடியில் கிடத்திய நிலை.

16. முத்ரா : இரு கைகளிலும் நடுவிரல் பெருவிரல் சேர்த்து மற்ற விரல்ளை நீட்டுவது இரு கைகளையும் ஞான முத்திரையுடன் அமைவது.

18. பக்க சுழற்கரம் (பார்சுவ மண்டலம்) : ஊர்த்துவ மண்டல கரத்தை மாற்றி மாற்றி இருபக்கமும் காட்டுவது.

19. உரோமண்டலம் : பக்கச் சுழல் நளிநயத்துடன் மார்புக்கு நேராக மீண்டும் மீண்டும் அசைப்பது.

20. நளினபத்மம் : மலர் தாமரை நளிநயத்தை இரு கைகளும் மார்பில் இருந்து இரு விரல் முதலில் செல்லும்படியாக அசைக்கப்பட்டும், சுழற்றப்பட்டும் அ மைவது.

21. புறாக்கரம் (கபோதகம்) : வலது கையில் அரவத்தலை (சர்பகிரக) நளிநயம் பற்றி இடது கரத்தில் பின்புறத்தில் வைத்துக் காட்டுவது.

22. மீனம் (மகரம்) : அரவக்கரங்கள் இரண்டினை ஒன்றின்மேல் ஒன்றாக வைத்து பெரு விரல்களை மட்டும் மேலும் கீழுமாக அசைத்துக் காட்டுவது.

இவ்வாறு ஆடல் நளிநயங்கள் மேலும் பல பல நூல்களில் கூறப்படு கின்றன. பல்வேறு வேறுபாடுகளைக் கொண்ட இந்த வகை நளிநயங்கள் நூலாசிரியர்களின் கூற்றால் விரிவடைகின்றன. எனவே, அவைகளைத் தவிர்த்துள்ளேன்.

பாதங்கள் (பதநிலை)

ஆடல் கலையில் கை நளிநயங்களுக்கு அடுத்துப் பதநிலை மிக இன்றியமையாதது. ஆடல்கள் தாளத்தையும், பதம் (ஜதி)யையும் முக்கியமாகக் கொண்டதாகும். எனவே, பாத வகைகள் குறித்து இனி காண்போம்.

பாத வகைகள் சலனம், சங்கிராமணம், சரணம், குட்டனம், இரேசிதம், உலோகிதம், வி(ஷ) சமாஞ்சாரம் என எழு வகையாகும். இவை குறித்து இனி விரிவாகக் காண்போம்.

சலனம் : பாதங்களை அடவில் அதனதன் இருப்பிடங்களிலேயே அசைத்தலாகும்.

சங்கிராமணம் : பாதங்களை உயர்த்தி உயர்த்தி எடுத்து வைத்து நடப்பது. நாட்டியத்தில் இறுதி கால் அசைவுகளைக் கற்பிக்கையிலும் வேகமாக நகர்த்துவதிலும் பயன்பெறும்.

சரணம் : கால்களை எடுக்காமலேயே நகர்த்துவது. ஏழு வகையான கவர்ச்சி (சிருங்கார) ஆடல்களில் இது பயன்பெறும்.

குட்டனம் : குதிகாலாலோ, முன்னங் காலாலோ கால் முழுவதினாலே பூமியைத் தட்டுதலாகும்.

ஆசிதம் : கால்களை ஒன்றுக்கொன்று குறுக்காக வைத்து இரு பக்கங்களிலும் நெளிவது.

உலோகிதம் : பாதங்களை ஒன்றையொன்று சுற்றி வைத்து இரு பக்கங்களிலும் அசைந்தாடுதல்.

விசமஞ்சரம் : பாதத்தின் ஒரு பகுதியை மட்டும் நிலத்தில் ஊன்றி வைத்து நடப்பது.

மேற்கூறியவை மட்டுமன்றி அஞ்சிதம் முதலாக இபாதாலோபம் வரை 27 விதமான பாத வகைகளுண்டு.

1. அஞ்சிதம் : குதிகால் நிலத்தில் ஊன்றிக் கால் விரல்கள் மேலே உயர்த்தி பெரு விரலை மேற்புறமாக உயர்த்துவது.

2. குஞ்சிதம் : கால் விரல்களின் மேற்புறம் நிலத்தில் படிந்திருக்கக் குதிகாலை உயர்த்தி உள்ளங்காலை உட்புறமாக வளைத்து இருப்பது.

3. சூசி : கால் பெருவிரல் நிலத்தைத் தொட்டிருக்கக் குதிகால் உயர்ந்து மற்றொரு கால் சமநிலையில் இருப்பது.

4. அச்ரதல சஞ்சலம் : கால் பெரு விரலையும் மற்ற விரல்களையும் நீட்டித் தரையில் பதிய வைத்துக் குதிகாலை உயர்த்தியிருப்பது.

5. உத்கடிதம் : ஒருகால் சமநிலையில் ஊன்றி மற்றொரு குதிகாலால் தரையை தட்டுவது.

6. சமம் : இரண்டு கால்களையும் சமமாக வைத்திருப்பது.

7. சாரிகா : பாதங்களை நிலத்தில் நன்கு ஊன்றியபடி நகர்வது.

8. அர்தபுராடிகா : ஒரு காலின் மேற்பகுதி நிலத்தில் படிந்திருக்க மற்றொரு காலால் நிலத்தைத் தட்டுவது.

9. குறுக்கிடுகை (ஸ்வஸ்திகம்) : பாதங்களை ஒன்றுக்கொன்று குறுக்காக வைத்துக் கொண்டிருப்பது.

10. (இ)ஸ்புரிகா : முன்னங்கால் அல்லது குதிகாலால் பாதத்தை அசைத்தலும், நிலையாக நிற்றலும்.

11. நிகுட்டகம் : முன்னங்கால்களைச் சிறிது தூக்கி நின்று கொண்டிருப்பது.

12. தலோசேபம் : முன்னங்கால் அல்லது குதிகாலால் நின்று கொண்டு, முழங்கால் வரை கால்களை முன்னும் பின்னும் அசைப்பது.

13. பிருட்டோசேபம் : முன்னங்கால் அல்லது குதிகால் நின்று கொண்டு, காலின் பின்புறத்தை (பிட்டத்தை) மட்டும் அசைப்பது.

14. வேட்(ஷ்)டனம் : ஒரு காலைத் தரையில் ஊன்றி மற்றொரு காலால் அதை சுற்றி வளைப்பது.

15. அர்தஸ்கலதிகா : ஒரு காலை வழுக்கினால்போல் நகர்த்துவது.

16. குத்தர் : முன் பாதத்தால் தரையைத் தட்டுவது.

17. பிராவிருதம் : ஒரு காலை முன்னும் பின்னுமாகத் தட்டுவது.

18. உத்வேஷ்டிதம் : கால்களைப் பின்புறமாக நீட்டுவது.

19. உல்லோலம் : கால்களை ஒன்றன்பின் ஒன்றாக ஊசலாடுவதுபோல் இருபுறமும் அசைப்பது.

20. சமஸ்கலதிகா : இரண்டு கால்களையும் வழுக்கினாற்போல் ஒரே நேரத்தில் நகர்த்துவது.

21. இலதோஷோபம் : காலை பின்புறமாக நீட்டித் தரையைத் தட்டி முன்புறமாகக் கொண்டு வருவது.

இதுகாறும் கால் அடி வைப்புகளில் பல்வேறு நிலைகளைக் கண்டோம். இனி ஆடலுக்கு முதல் வகையான நிலைகளை (ஸ்தானங்களை)க் குறித்துக் காண்போம்.

நிலைகள் (ஸ்தானங்கள்)

ஆடல் கலையில் கை, கால், உடல் நளிநயங்கள் எவ்வளவு முக்கியமானதோ அவ்வளவிற்கு நிலைகளும் இன்றியமையாதன. நிலைகள் 32 வகை என நாட்டிய நூல்கள் கூறுகின்றன. நான் ஏற்கனவே கூறியதுபோல் தமிழாக்கம் செய்ய இயலவில்லை என்பதை ஒப்புக்கொள்கிறேன். தமிழ் ஆய்ந்த நாட்டியக் கலைஞர்கள் இதற்கு முன்வர வேண்டும்.

1. **ஆயதம்** : வலது கையைப் பிறைக்கையாகக் கொண்டு இடுப்பில் வைத்து இடது கையைத் தொங்கிவிட்டு நிற்பது.

2. **அவசித்தம்** : மேற்கூறியதைப்போல் இடது கையை இடுப்பில் வைத்து வலது கையைத் தொங்கவிட்டு நிற்பது.

3. **அசுவக்ராந்தம்** : வலது காலை ஊன்றி இடது காலை முன்புறம் நீட்டி கைகளில் கத்தரி நளிநயம் காட்டி நிற்பது.

4. **மோடிதம்** : கால்களைக் குறுக்கிடு கையாக (ஸ்வஸ்திகம்) வைத்து பாதத்தில் செங்குழம்பு பூசியதைக் காட்டிய வண்ணம் நிற்றல்.

5. **விநிருத்தம்** : பாதங்களால் தரையைத் தட்டிப் பின்புறம் திரும்பிப் பார்ப்பது.

6. **ஐந்திரம் :** கையில் திரிபதாகை நளிநயத்தோடு பாதங்களை நகர்த்திச் செல்லுதல்.

7. **சாந்திரிகம் :** கைகளில் தாம்ர சூட நளிநயம் பற்றிக் கால்களை இங்கும் அங்குமாக அசைத்தல்.

8. **வை(ஷ்)ணவம் :** இரண்டு கைகளிலும் பதாகை நளிநயம் பற்றி சற்றே முன் நீட்டி வைத்து, கால்களை சிறிது இடைவெளிவிட்டு நின்றாடுதல்.

9. **சமபாதம் :** கால்களை 3/4 அடி இடைவெளியுடன் அகற்றி வைத்து, பதுமகோச நளிநயக்கரங்களுடன் உறுப்புகள் நன்கு தெரியும்படி நிற்றல்.

10. **வைசாகம் :** கால்களை நன்கு அகற்றி நின்று, இடது கையில் கூளாமுக நளிநயத்துடனும் வலது கையில் சிகர நளிநயமாகவும் அசைத்து நிற்பது.

11. **மண்டலம் :** கால்களை நன்கு விரித்து வைத்து கவர்ச்சியுடன் (சிருங்கார ரசத்துடன்) நிற்பது.

12. **ஆசீடம் :** இடது கால் ஊன்றி வலது காலை முன் பக்கமாகச் சற்றுத் தூரத்தில் வைத்து, இடது கையை உச்சி நளிநயத்துடன் வலது கையை கடகா முகம் நளிநயத்துடன் வில் அம்பைப் பற்றியிருப்பதுபோல் காட்ட வேண்டும்.

13. **பிரத்யாபீடம் :** வலது காலை ஊன்றி இடது காலை முன்பக்கம் எட்டி வைத்துக் கைகளை ஆசிடத்தில் கூறியவாறு அமைய வேண்டும்.

14. **சாம்ய பாதம் :** கால்களை அரச நிலையில் வைத்து கைகளை ஒன்றின் மேல் ஒன்றாக வைத்து (மத்சய நளிநயம்) இரு அக்குளுக்குள் வைத்து நீட்டுவது.

15. **குறுக்கிடுகை (ஸ்வஸ்திகம்) :** கால்களை ஒன்றின்மேல் ஒன்றாகக் குறுக்கிட வைத்துச் சிறுவிரல் இரண்டும் இணைய நிற்பது.

16. **வர்தமானம் :** இரண்டு குதிகாலையும் முட்ட வைத்துப் பாதங்கள் விரிய நிற்பது.

17. **நந்தியாவர்தம் :** இடைவெளியும் குதிகால்களை வைத்து இரு கைகளிலும் மயில் (மயூர) நளிநயத்துடன் அமைவது.

18. **சதுரங்கம் :** குதிகால்களைச் சற்றே அகற்றி நிற்பது.

19. **பார்ஷினிபீடம் :** இடது காலை வலது குதிகாலுக்குப் பின் தட்டியவாறு அமைவது.

20. **ஏகபார்சுவம் :** ஒரு காலை இயல்பாகவும் மற்றொரு காலைச் சற்று

விலக்கிக் குறுக்காகவும் வைப்பது.

21. ஏகஜாறு : ஒரு காலை சமநிலையில் நிறுத்தி, மற்றொரு காலை அதன் முழங்கால் மேல் மடித்து நிற்பது.

22. பரிவிருத்தம் : குதி காலோடு மற்றொரு காலில் சுண்டுவிரல் அணைய நிற்பது.

23. பிருஷ்டோத்தாளகம் : ஒரு காலை நேர் நிறுத்தி, அந்த காலின் மீது மற்றொரு புறக்காலை வைத்து நிற்பது.

24. ஏக பாதம் : ஒரு காலை ஊன்றி மற்றொரு காலை முழங்கால் தொடங்கி தோள்வரை உயர்த்துவது.

25. பிரமம் : ஒரு காலை நேர்நிலை நிறுத்தி, அதன் முழங்கால் மீது மற்றொரு முழங்கால் முட்டி உயர்த்தி வைப்பது.

26. வைணவம் : ஒரு காலை ஊன்றி மற்றொரு காலை குறுக்காக மடக்கி நிற்பது.

27. சைவம் : ஒரு காலை ஊன்றி மற்றொரு காலை முழங்கால் கை உயர்த்தி நிற்பது.

28. காருடம் : இடது முழங்காலை மடித்து முன் வைத்து, வலது காலை பின்புறம் மடக்கித் தரையில் படும்படி காட்சி அமைப்பது.

29. சமசூசி : இரு கால்களையும் பக்கங்களில் நீட்டித் தரையில் படும்படி வைத்துக் கொள்வது.

30. விஷமசூசி : ஒரு காலை பின்புறமும் மற்றொரு காலை முன்புறமும் நீட்டி வைத்துக் கொள்வது.

31. ஆமையிருக்கை (கூர்மாசனம்) : இடது காலைக் குத்தி வைத்து வலது காலை கணுக்காலும், முழங்காலும் தரையில் படும்படி வைத்துக் கொள்வது.

32. அரவக்கட்டு (நாகபந்தம்) : வலது முழங்காலை இடது தொடையுடன் பின்புறத்தில் சுழற்றி அமைவது.

இந்த 32 நிலைகளும் ஆடலியக்கத்தில் தாண்டவங்களிலும், கரணங் களிலும் நாம் காணலாம். ஆடற் கலைக்கு இந்த நிலைகள் இன்றியமை யாததாகும்.

ஆடல் வகைகள்

சிவபெருமான் ஆடிய தாண்டவங்கள் ஏழு என்றும் கரணங்கள் 108 என்றும் அவை மாலைக் காலத்தில் ஆடப்பட்டன என்றும் கூறுவர். கை, தலை, கால் என 6 உறுப்புகளுடையது என நாட்டிய நூல்கள் கூறுகின்றன.

தாண்டவச் சிற்பங்கள் பெரும்பாலான சிவன் கோயில்களில் அமைந்துள்ளன. ஆனால், கரணச் சிற்பங்கள் 3 இடங்களில் மட்டும் காணக் கிடக்கின்றன. தஞ்சை பெருவுடையார் கோயிலின் சுவற்றின் உட்புறம் (அலீந்திரம்) அமைந்துள்ள கரண சிற்பங்கள் 80க்கும் மேற்பட்டவை. இச்சிற்பங்கள் யாவும் நான்கு கைகளுடன் சிவனார் ஆடுவதாகச் செதுக்கப் பட்டுள்ளது. இச்சிற்பங்களும் 108 கரணங்களும் இடம் பெறவில்லை. இத் தஞ்சை கோயில் காலத்திற்குப் பின் சுமார் 250 முதல் 300 ஆண்டுகாலம் பிற்பட்டவையான குடந்தை, திருவண்ணாமலையிலும் கரண சிற்பங்கள் காணப்படுகின்றன. எனினும், 108 கரணங்களும் முழுமையாக எங்கும் இடம் பெறவில்லை.

தாண்டவச் சிற்பங்கள் ஏழு எனக் கூறுவர். இச்சிற்பங்களும் பல்வேறு மாறுதல்களுடன் பல்வேறு சிவத்தலங்களில் காட்சியளிக்கின்றன. இதுகுறித்துப் பின்னர் ஆராய்வோம்.

கரணங்கள் அனைத்தும் அனைவராலும் ஆடத்தக்கன அல்ல; மிக வருந்திப் பயிற்சி பல மேற்கொண்டு ஆடத்தக்கவை. நாம் வாழும் இக்காலத்தில் நாட்டிய மாமேதை திருமதி சொர்ணமுகி அவர்கள் மட்டுமே கரணங்களில் சிலவற்றைச் சுட்டிக் காட்டியுள்ளார். பின்னாளில் செல்வி. பத்மா சுப்ரமணியம் அவர்கள் காஞ்சி மடத்தில் 108 கரணங்களையும் ஆடிக்காட்டியதாக தகவல் உண்டு.

கரணங்கள் தற்போது சொல்லப்பட்டிருக்கும் பெயர்களில் முற்காலத்தில் ஆடப்பெற்றதா? பெயர்கள் எவ்வாறு எழுந்தன? சில பெயர்கள் மாறியும், இயல் மாறியும் கலப்புற்றும் வழங்கி வருகின்றன. நாட்டியப் புலமம் (சாத்திரம்) இயற்றிய தத்தம் காலத்து நிகழ்ச்சிகளையும் ஆடல் வகைகளையும் இணைத்து விட்டனர். இதனால் தாண்டவங்களிலும், கரணங்களிலும் பல்வேறு திறம் கொண்ட வடிவங்களும் தோன்றின.

ஆடல் கலை சைவ சமயத்திற்கு முதன்மையானது ஏழு வகை தாண்டவங்கள் ஏதேனும் ஒன்று சிவன் கோயில்களில் காணப்படும் பல வகையான இறையாடல்களும் இடம் பெறும். பொதுவில் அம்பலத்தாடுவான் இல்லாத சிவன் கோயில்கள் இருக்க முடியாது.

ஆடலிற் கென்றே பல மங்கையர் மாணிக்கம் பட்டம் பெற்றவர்கள், தலைக்கோல் பெற்றவர்கள் எனப் பலருண்டு. இம்முறை தொன்மை காலம் முதல் கடைபிடிக்கப்பட்டு வருகிறது என்பதைச் சிலப்பதிகாரம் மூலம் உணரலாம். அதே நேரத்தில் சிவாலயங்களில் ஆடுவதற்காகவே பல பெண்கள் நியமிக்கப்பட்டனர். குறிப்பாக, சோழப் பேரரசு ஏற்பட்டபின் பல நாடுகளிலிருந்து அடிமைப் பெண்கள் பலர் சிவாலய நடனப் பெண்களாக நியமிக்கப்பட்டனர். அவர்கள் 'தளிச்சேரி மகளிர்' என்றழைக்கப்பட்டனர். இத்தளிச் சேரிப் பெண்கள் காலப்போக்கில் இறையடியார் என்னும் நற்றமிழ் பெயர் மறைந்து இரிக் வேதத்தில் தொல் தமிழ்க்குடியினரைக் குறிக்கும் 'தஸ்யு' (அடிமைகளைக் கொண்டவர்கள்) என்னும் பொருளைப் பயன்படுத்தி 'தாசி' என பெண்பாலுக்கு சூட்டி தாசிகளை வேசிகளாக்கினர்.

பாலுறவுக்காக தொன்மைக் காலந்தொட்டே (நிலவுடமை ஏற்பட்ட காலம் தொட்டேடு) விபசார பெண்கள் இருந்தனர். இதுகுறித்து எழுதப்புகின் விரிவடையும். 2000 ஆண்டுகளுக்கு முன்பே வள்ளுவர் வரைவின் மகளிர் என ஒரு அதிகாரமே இயற்றியுள்ளார். எனவே, நாடக மகளிர் மட்டுமே வேசிகளாகக் குறிப்பிடுவது மிகத் தவறான

எடுத்துக்காட்டானாலும் நாடக மகளிர் பலரால் அறியப்பட்டவர்களாக இருந்ததால், இத்தகைய கேவலமான நிலை ஏற்பட்டது. இவர்களுக்கெனத் தெருக்கள் ஒதுக்கி, அதில் வீடுகளையும் அமைத்துக் கொடுத்தனர். தஞ்சை பெரிய கோயில் கல்வெட்டுகளில் ஆடல் மங்கையர் பெயரும் வீடும் குறிக்கப் பெற்றுள்ளது. எனவே, இறைவன் (குறிப்பாக சிவன்) தானாடியதோடு தனது திருக்கோயில்களிலும் ஆடல் மங்கையர்களையும் ஆட வைத்தார் எனச் சிலர் கூறுவர். சிவ வழிபாட்டில் ஆடற்கலையைக் கையாள வேண்டும் எனப் பாசுபத சூத்திரம் கூறுகிறது.

தளிச்சேரிகள் :

சோழப் பேரரசர் இராசஇராசசோழன் எழுப்பிய தஞ்சைப் பெரிய கோயிலில் 3 இடங்களில் தளிச்சேரி பெண்கள், தளிச்சேரி பெண்களுக்கான ஊர்கள் குறிக்கப் பெற்றுள்ளன. அப்பெண்கள் வாழ்ந்த ஊர்களையும், கோயில்களையும் தளிச்சேரிகள் என்றே குறிப்பிடப்படுகின்றன. இவ்வாறு குறிப்பிடப்படும் ஊர்கள் ஏறத்தாழ 50 எண்ணிக்கைகளாகும்.

இத்தளிச்சேரிகளில் இருந்து தஞ்சை பெரிய கோயிலுக்கு ஏராளமான தளிச்சேரிப் பெண்கள் நாட்டியம் ஆடுவதற்கென வந்துள்ளனர். இவர்களுக்குப் பெரிய கோயிலின் அருகிலும், ஊரின் பல்வேறு இடங்களில் தெருக்களும், வீடுகளும் அளிக்கப்பட்டதையும் இக்கல்வெட்டுகள் கூறுகின்றன.

தளிச்சேரிப் பெண்கள் :

தஞ்சை பேரரசின் பல்வேறு பகுதியில் இருந்த தளிச்சேரிகளில் இருந்து பெரிய கோயிலில் பணியாற்றும் பொருட்டு ஏராளமான பெண்கள் வரவழைக்கப்பட்டுள்ளனர். இவர்களில் நானூறு பெண்களின் பெயர்கள் கல்வெட்டில் செதுக்கப்பட்டுள்ளது. இவற்றுள் நூற்றுக்கும் மேற்பட்ட பெயர்கள் சிதைந்துவிட்டன. படிக்கக் கூடியவையாக உள்ள பெயர்கள் முன்னூற்று எண்பத்து எட்டு மட்டுமே.

இவர்களின் பெயர்கள் மிக எளிமையாக அழைக்கும் வண்ணம் உள்ளது. பெரும்பாலும் மூன்றெழுத்துப் பெயர்களும் நான்கெழுத்துப் பெயர்களும் மிகுதியாக உள்ளன. அவர்களின் ஊர்ப் பெயரைச் சேர்த்துப் படித்தால் மட்டுமே சற்று நீளமாகக் காணப்படும். தமிழர்கள் பிற்காலத்தில் (ஆங்கிலேயர் வருகைக்குப்பின்) முன்னொட்டாக தந்தையரின் பெயரின் முதலெழுத்தைப் பயன்படுத்தினர். முற்காலத்தில் ஊரின் பெயரே

முன்னொட்டாக இருந்தது. எனவே, தளிச்சேரிப் பெண்ணின் பெயருக்கு முன், ஊர்ப் பெயர் இடம் பெற்றுள்ளது.

ஒரே ஊரிலிருந்து ஒரே பெயருடைய தளிச்சேரிப் பெண்கள் தஞ்சையின் கல்வெட்டில் இடம்பெற அடையாளம் காணும் முகமாக அடைமொழி சேர்த்து செதுக்கப்பட்டுள்ளது. இவ்வழக்கம் இன்றும் நம்மிடையே நிலவுவதைக் காணலாம்.

தஞ்சை பெரிய கோயில் கல்வெட்டுகளில் பொறிக்கப்பட்டுள்ள தளிச்சேரிப் பெண்களின் பெயர்கள் ஊர்கள் முதலியவற்றை முனைவர் இரா.கலைக்கோவன் தந்துள்ளதைக் காண்போம்.

இதுபோன்று அடைமொழிகள் தந்து வேறுபடுத்தப்படாமல் ஒரு தளிச்சேரியில் ஒரே பெயரில் பலர் இருந்ததையும் காண முடிகிறது. திருவாரூர்ப் பெரிய தளிச்சேரியில் கண்டியூர் என்ற பெயரில் இருவரும், அம்பர்த்திருமாகாளத்தில் செம்பொன் என்ற பெயரில் இருவரும், பாச்சில் திரு ஆசிராமத்தில் உமையென்ற பெயரில் இருவரும், திருவாரூர்த் திரு அறநெறிக் கோயிலில் அரவம் என்ற பெயரில் இருவரும் இருந்தனர். இவர்கள் அனைவருமே இராஜராஜீசுவரத்துத் தளிச்சேரிக்கு வரவழைக்கப்பட்ட பெண்களாவர். இங்கு வந்த பிறகும் இவர்தம் பெயர்களுடன் அடைகள் எதுவும் சேர்க்கப்படவில்லை.

இலவம், ஒருப்பனை, முருங்கை, வெண்ணாவல் என்னும் மரப்பெயர் களுடன், இளங்கா என்னும் சோலைப் பெயரும் கொண்டு ஐந்து பெண்கள் இங்கு வாழ்ந்தனர். வெண்ணாவல், திரு ஆனைக்கா தலத்தின் தலமரமாகும். தலமரங்களுள் பதிகச் சிறப்புப் பெற்றவை மிகச்சிலவே. அவற்றுள் வெண்ணாவல் சிறப்புக்குரியது. இதைச் சம்பந்தர் பாடியுள்ளார்.

மன்றமுடையாள், மழலைச் சிலம்பு, எடுத்தபாதம், ஆடல் அழகி, சீருடைக்கழல், தில்லைக் கூத்தி, அம்பலக்கூத்தி, கூத்தாடி, பாஞ்சாடி என்று ஆடலுடன் நெருங்கிய தொடர்புடைய பெயர்களையுடையவர்களாய்ச் சில பெண்கள் இருந்தனர். இப்பெயர்களுள் மழலைச் சிலம்பும், எடுத்த பாதமும் திருமுறைப் புகழ்பெற்றவை.

அப்பரடிகளாலும் திருவாலியமுதனாராலும் போற்றப்படும் ‘ஆட எடுத்திட்ட பாதமன்றோ நம்மை ஆட்கொண்டதே’, என்று அப்பர் பாட, ‘வாமத் தொழிலார் எடுத்த பாதம் மழலைச் சிலம்பார்க்க’ என்று

திருவாலியமுதனார் குறிப்பார். அப்பரின் எடுத்திட்ட பாதம், அமுதனாரிடம் எடுத்த பாதமாய்ச் சுருங்கியது. இந்தச் சொல்லாட்சியையே இராஜராஜீ சுவரத்துத் தளிச்சேரிப் பெண்கள் பெயராகக் கொண்டிருந்தமை, திருமுறை கள் அக்காலத்தே பெற்றிருந்த வரவேற்பையும், திருவாலியமுதனார் காலத்தால் முதலாம் இராசராசர்க்கு முற்பட்டவர் என்ற உண்மையையும் விளக்க வல்லவையாகும். ‘மழலைச் சிலம்பு’ அமுதனாரின் பாடல் அடியில் காணப்படுவது போலவே கருவூர்த்தேவரின் பதிகங்களிலும் இடம் பெற்றுள்ளது. ‘மழலைச் சிலம்பொடு புகுந்தென்’ என்னும் திருக்கீழ்க் கோட்டூர் மணியம்பலப்பதிக அடிகள் இங்கு நினைக்கத்தக்கவை.

இதுபோல திருவிசைப்பா சொல்லாட்சியொன்றைப் பெயராகக் கொண்டிருந்த பெண்ணொருவரும் இங்கிருந்தார். பழையாற்று அரை பெருமான் தளியிலிருந்து வரவழைக்கப்பட்ட அப்பெருமாட்டியின் பெயர் நீறணி பவழக்குன்று. ‘நீறணி பவளக்குன்றமே’ என்ற திருமாளிகைத் தேவரின் கோயில் திருவிசைப்பா பதிக அடியையே தன் பெயராய்க் கொண்டிருந்த இவ்வம்மை திருமாளிகைத் தேவரின் காலத்தை நிர்ணயிக்க உதவுகிறார்.

காமம் என்ற சொல்லோடு தொடர்புடைய பெயர்களை நால்வர் கொண்டிருந்தனர். காமி, காமக்கோடி, காமமோகி, காமுத்திரி என்னும் இந்நான்கு பெயர்களுள் காமக்கோடி முதலாம் இராசராசரின் மனைவியருள் ஒருவர் பெயராகும்.

சோதி விளக்கு, திகைச்சுடர் என்று ஒளியுடன் தொடர்புடையனவாய் இரண்டு பெயர்களும், சங்கம், அறிவாட்டி என்று அறிவுடன் தொடர் புடையனவாய் இரண்டு பெயர்களும் காணப்படுகின்றன. குடிதாங்கி, மதுரவாசகி, வழுவாநிலை, இன்னிளவஞ்சி என்னும் பெயர்கள் பொருள் நிறைந்தனவாய் இருக்க, எண்ணுப் பெயராய் ஆறாயிரம் மட்டுமே உள்ளது. வானலோகத்தாரை நினைவுப்படுத்துமாறு போல விச்சாதிரி என்னும் பெயரும், கரணம் வல்லவள் என்பதுணர்த்துமாறு போல கரணவிச்சாதிரி என்னும் பெயரும் அமைந்துள்ளன. செங்குளம், வடவாயில், எழுவணை, பெருவழி கயிலாயம் என்னும் பெயர்களை இடப்பெயர்களாகக் கொள்ளலாம்.

பொதுப் பெயர்களில் பொன் என்ற சொல்லை முன்னொட்டாகக் கொண்ட பெயர்கள் பத்தும் பின்னொட்டாகக் கொண்ட பெயர்கள் இரண்டும் உள்ளன. வல்லி என்று முடியும் பெயர்கள் மூன்றும், சுந்தரி என்று

முடியும் பெயர்கள் ஐந்தும், மாணிக்கம் என்று முடியும் பெயர்கள் எட்டும், தேவி என்று முடியும் பெயர்கள் பதினான்கும் உள்ளன. சாதி அல்லது குழு சார்ந்த பெயர்களாக ஆறாயிரம், சாத்தம், சங்கம், நகரத்தாள், எட்டி, செட்டி, குலமான் என்னும் பெயர்களைச் சொல்லலாம்.

சில பெயர்கள் பலரால் கொள்ளப்பட்டிருந்தன. இவற்றுள் பெற்றதிரு, உமை என்னும் பெயர்களே மிகுதியான அளவில் வைத்துக் கொள்ளப்பட்டதாய்த் தெரிகிறது. பெயருக்கு எண்மராய்ப் பதினாறுபேர் இப்பெயர்களைக் கொண்டிருந்தனர். இதற்கடுத்த நிலையில் அரவம் என்ற பெயரில் அறுவர் இருந்தனர். பட்டாலி, ஆச்சம் என்னும் பெயர்களில் பெயருக்கு ஐவர் இருந்தனர். ஊர்ப் பெயர்களுள் திருவையாற்றுக்குப் பெருமை கிடைத்துள்ளது. அய்யாறு என்றும், திருவையாறு என்றும் பெயர் கொண்ட பெண்கள் ஒன்பதின்மர் இருந்தனர். ஆரூர் என்னும் ஊர்ப் பெயரில் நால்வரும், தில்லை என்ற ஊர்பெயருடன் சில முன் அல்லது பின்னொட்டுகளை இணைத்துக் கொண்ட நிலையில் எழுவரும் இருந்தனர்.

அரசமரபுப் பெயர்கள் :

பொதுப் பெயர்களை அடுத்த நிலையில் அரச மரபுப் பெயர்களே பேரிடம் வகிக்கின்றன. நானூறில் இது ஏறத்தாழப் பத்தில் ஒரு பங்காகலாம். இவற்றுள் சோழ மரபு சார்ந்த பெயர்கள், பிற அரச மரபுப் பெயர்களைப்போல் மூன்று மடங்கிற்கும் மேலாக உள்ளன. சோழ என்ற முன்னொட்டினை உடைய பெயர்களாகச் சோழகுல சுந்தரி, சோழ சூளாமணி, சோழ தேவி, சோழகோன், சோழம் என்னும் ஆறு பெயர்களும், சோழ சோழி என்னும் பின்னொட்டுகளை உடைய பெயர்களாக வீரசோழி, சுந்தரசோழி, செய்ய சோழம் என்னும் மூன்று பெயர்களும் உள்ளன. விசயாலய மரபு சார்ந்த சோழ அரசர்கள் பலரை நினைவுகூரும் வகையில் ஆதித்தி (ஆதித்த சோழர்), கன்னரதேவி, (கன்னரத் தேவர்), வீரசோழி, குஞ்சரமல்லி (முதலாம் பராந்தகர்), கண்டராச்சி, (கண்டராதித்தர்), அறிஞ்சி அரிகுலகேசரி (அரிஞ்சயர்), சுந்தரசோழி (சுந்தரசோழர்), அருமொழி, இரவி குலமாணிக்கம், இராஜராஜி (முதலாம் இராசராசர்) என்னும் பெயர்களைச் சிலர் கொண்டிருந்தனர். தஞ்சாவூரில் சோழராட்சியைத் தொடங்கிய விசயலாயர் பெயரும், ஆதித்த கரிகாலர் கொலையில் தொடர்பு கொண்டிருப்பாரோ என்று வரலாற்றாசிரியர்களால் அய்யுறப்படும் உத்தமசோழர் பெயரும் தவிர, முதலாம் இராசராசருக்கு முற்பட்ட பிற சோழ வேந்தர்கள் அனைவர்

பெயரும் இப்பெண்களால் கொள்ளப்பட்டிருந்தமை குறிப்பிடத்தக்கது. இராசராசரின் புதல்வரும் பெருவீரருமான இராசேந்திரரின் பெயரை இந்நானூறு பெண்களில் ஒருவர்கூடக் கொள்ளாமலிருந்தது வியப்பளிக்கிறது.

அரசியர் பெயர்களுள் செம்பியன் மாதேவி, குந்தவை, ஒலோகமாதா, பஞ்சவன் மாதேவி, சோழமாதேவி, திரிபுவனமாதேவி, காமக்கோடி என்னும் பெயர்களைச் சில பெண்கள் கொண்டிருந்தனர். மாதேவடிகள், மாதேவி என்னும் பெயர்களையும் சிலர் வைத்திருந்தனர். மாதேவடிகளை முதலாம் இராசராசரின் மகளென்று திருவையாற்றுக் கல்வட்டின் துணைகொண்டு திரு. பண்டாரத்தார் குறிப்பிடுவது நினைக்கத்தக்கது.

பிற அரச மரபுகளைச் சேர்ந்த பெயர்களாகப் பதினான்கு பெயர்கள் உள்ளன. இவற்றுள் தென்னவன் மாதேவி, மீனவன் மாதேவி, மானாபரணி என்னும் மூன்று பெயர்களும் பாண்டிய மரபு சுட்ட, சேர மங்கை, வில்லவன் மாதேவி என்னும் இரண்டு பெயர்களும், சேர மரபு சுட்டுகின்றன. பூதி, மலையமான் என்னும் இரண்டு பெயர்களுள் பூதி, கொடும்பாளூர் வேளிரையும், மலையமான், நடு நாட்டு மலையமான்களையும் சுட்டுகின்றன. ஏகவீரி என்னும் பெயர் பல்லவ மன்னர் இராசசிம்மரின் ஏகவீரன் என்னும் விருதுப் பெயரை நினைவூட்டுகிறது. இப்பெயரில் காஞ்சிபுரத்தில் ஒரு குடியிருப்பே இருந்ததை உத்தமசோழரின் சென்னை அருங்காட்சியகச் செப்பேடுகள் உணர்த்தும். விக்கிரம தொங்கி, விக்கிரமாதித்தி என்னும் பெயர்கள் பழுவேட்டரையர்களுடன் தொடர்புடையனவாகலாம். பழுவேட்டரையன் விக்கிரமாதித்தன் என்றோர் அரச குடும்ப உறுப்பினரைச் சிறுபழுவடுர் கல்வெட்டொன்று குறிப்பது இங்கே எண்ணத்தக்கது.

கோயிற் பெயர்கள் :

இறை மற்றும் கோயில்களை நேரடியாகக் குறிக்கும் பெயர்கள் பல உள்ளன. இவற்றுள் திருமாகாளம், திருமூலட்டானம், அரநெறி காரோணம் என்பன சைவக் கோயில்களைக் குறிப்பன. தில்லைக் கோயிலைக் குறிக்கும் கோயில், அம்பலம், பொன்னம்பலம், பொற்கோயில் என்னும் பெயர்களில் அறுவர் இருந்தனர். இளங்கோயில், தூங்கானை, கற்றளி என்னும் கோயில் வகைகளின் பெயர்களை மூவர் கொண்டிருந்தனர்.

இறைப் பெயர்கள் :

இறைப் பெயர்களுள் சிவபெருமானின் பெயர்களைக் கொண்டவர்களாக இருந்தனர். பரமி, சதுரி, சிவதேவி, சோமநாதி, சந்திரசேகரி, திருநீலகண்டி என்னும் இப்பெயர்களுள் ஆடவல்லாள் என்ற பெயரில் மட்டும் இருவர் இருந்துள்ளனர். அன்னையர் எழுவருள் நாராயணி, வராகி, சாமுண்டி என்னும் மூவர் பெயரில் மூன்று பெண்கள் இருந்தனர். உமையின் பெயரை எண்மர் கொண்டிருந்தனர். காடுகாள், நங்காளி என்னும் இறைப் பெயர்களில் இருவரும், பொன்னாலமந்தாள் என்னும் பெயரில் ஒருவரும் இருந்துள்ளனர். காடுகாள், பொன்னாலமந்தாள் என்னும் இறைப் பெயர்களுத் தளிச்சேரிக் கல்வெட்டின் சமகாலச் சோழர் கல்வெட்டுகள் சிலவற்றில் காணப்படுகின்றன. சிவபெருமானின் மகன்களுள் ஒருவரான கணபதியின் பெயரில் இரண்டு பெண்கள் இருந்துள்ளனர்.

சீதேவி, திருவடி, அனந்தி, இராமி, ஆராவமுது என்னும் வைணவச் சார்புடைய பெயர்களையும் இத்தளிச்சேரிப் பெண்கள் கொண்டிருந்தனர். இப்பெயர்களுள் திருவடி கருடனையம், அனந்தி பாம்பையும், இராமி இராமரையும், ஆராவமுது குடந்தை சாரங்கபாணி திருக்கோயில் இறைவனையம் குறிக்கின்றன.

ஊர் பெயர்கள் :

கோயில்களை நேரடியாகச் சுட்டலாமல், ஆனால் கோயில்கள் உள்ள ஊர்களின் பெயர்களைக் கொண்டவர்களாய்ப் பலர் இருந்தனர். இவர்களுள் சிலர் திருவாலி, அரங்கம், சீகுருகூர் (ஆடுழ்வார் திருநகரி), திருவேங்கடம் என்னும் வைணவத் தலங்களின் பெயர்களைக் கொண்டிருந்தனர். ஏனையவர் சிவத்தலங்களின் பெயர்களைக் கொண்டிருந்தனர். இவர்கள் பெயர்களாய்க் கொண்டிருந்தன பதினாறு சிவத் தலங்களுள் பத்துத் தலங்கள் சோழ நாட்டவை. இரண்டு தலங்கள் நடுநாட்டவை. ஒற்றியூரும் திருவாலங்காடும் தொண்டை நாட்டுப் பகுதியின. இரண்டு பாண்டி மண்டலத்தைச் சேர்ந்தவை. இவை தவிர உத்தமதானி, கற்பகதானி, காரைக்கால், பட்டம் ஒக்கூர், திட்டைச்சேரி, விரையாச்சிலை என்னும் ஊர்ப்பெயர்களைச் சிலர் கொண்டிருந்தனர். தளிச்சேரிப் பெண்கள் பெயர்களாகக் கொண்டிருந்த வைணவத் தலங்கள் அனைத்துமே மங்களாசாசனம் பெற்றவை. சிவத்தலங்களுள் பதினைந்து பாடல் பெற்றவை ஆகும். (நன்றி: இலக்கியப் பீடம்.)

தளிச்சேரிப் பெண்கள் வாழ்விடங்கள் பல நூற்றுக்கணக்கானவை. அவர்கள் தேவைக்கு ஏற்ப பல்வேறு இடங்கள் சென்று கல்வெட்டெழுத்துகளால் அறியக்கூடியவர்கள் இவர்கள் மட்டுமே. பிற தளிச்சேரிகள் குறித்து இலக்கியங்களில்கூட குறிப்பிடக்கூடியதாக ஏதும் இல்லை. எனவே, இதுகுறித்து தனித்து ஆராய வேண்டும்.

ஆடலில் தாண்டவம், இலாசியம் (பாஸ்யம்) என இருவகைப்படும். இவற்றில் மார்கம், தேசி ஒவ்வொன்றிலும் இருவகையுண்டு. தாண்டவம் தட் என்னும் சொல்லிலிருந்து உருவாகியதாகச் சிலர் கூறுவர். தட் என்பதற்கு நிலத்தை தட்டுதல் என்பதால் இப்பெயர் உருவாகியது என்பர். பிற்காலத்தில் எழுந்த ஆரியப் புனைக் கதைகள் மூலம் தண்டுவாகிய நந்திதேவரால் கற்பிக்கப்பட்டதே தாண்டவம் ஆயிற்று என்பர்.

தாண்டவம் கை கால் வீச்சும் அதிரும் நிலையும் சுழற்சியையும் கொண்டதால் மிகக் கடுமையானது. எனவே, இவ்வாடல்களை ஆண் மக்களே ஆடத் தக்கது என்னும் மரபு இருந்தது. சில மென்மையான ஆடல்களும் இருந்தன. அவற்றை இலாசியம் அல்லது இலலிதம் எனக்கூறினர். இத்தகைய மென்மையான ஆடல் கலையை பார்வதி தேவி அருளிச் செய்தார் என பிற்காலத்து நூல்கள் கூறுகின்றன. இலாசியம் என்பது காமச்சுவையைச் சிறப்பாகக் கொண்டது. இது சுத்தலாசியம், தேசி லாசியம், பிரேரணாலாசியம், பிரேங்களாலாசியம், குண்டலாசியம், தண்டிகா லாசியம், கலசலாசியம் என ஏழு வகைப்படும்.

மேற்கூறியவற்றுள் வலப்பக்கமாகச் சுழலுதல், இடப்பக்கமாகச் சுழலுதல், ஆடலோடு சுழலுதல், அரவம் போல் சுழலுதல் மின்னல் போல் அசைந்தாடுதல், வஞ்சிக்கொடிபோல் அசைந்தாடுதல், காலை மேலுயர்த்தி நின்றாடுதல் என ஏழு வகைப்படும். இவை ஏழும் சிவனால் ஆடப்பெற்றவை என்றும், இவற்றிற்கேற்ப உமை தேவி தாண்டவ வகைகளான நிகுஞ்சிதம், குஞ்சிதம், அகுஞ்சிதம், பார்வகுஞ்சிதம், அர்தகுஞ்சிதம் என ஐவகைத் தாண்டவங்கள் ஆடுகின்றார் என பரத புலமத்தில் (சாத்திரத்தில்) இவற்றின் விரிவைக் காணலாம்.

இவை மட்டுமன்றி பிரோதை லாசியம், பிரேங்கணலாசியம், குண்டலி இலாசியம், தண்டிகா லாசியம், கலச லாசியம் (குடக்கூத்து) ஆகியன சிவனார், மாலன், கலைமகள், திருமகள் ஆடிய கூத்துகள் கூறப்படுகின்றன.

இவைகளின் இலக்கணங்களை ஒவ்வொரு விதமாகவும் சில ஏறக்குறைய ஒன்றுபோலவும் கூறுகின்றன.

இறைவன் (சிவன்) ஆடியதாகக் கூறும் தாண்டவங்கள், கரணங்கள் குறித்து இனிக் காண்போம். இறைவன் 7 வகைத் தாண்டவங்களை ஆடிய தாகப் பலர் கூறுவர். சில சிற்ப நூல்களில் தாண்டவங்கள் 9 எனக் கூறு கின்றன. இவற்றுள் 7 தாண்டவங்கள் பெயர் அறிய முடிகிறது. மற்ற 2 தாண்டவத்தின் பெயர் அறிய முடியவில்லை. மேலும், சில நூல்கள் தாண்ட வங்கள் 16 எனவும் கூறுகின்றன. நாம் சிலவகை தாண்டவங்கள் குறித்து மட்டும் காண்போம்.

தாண்டவங்கள்

தாண்டவங்கள் பல்திறத்தன. ஏராளமான சிற்பக் கலைஞர்கள், பல்வேறு அடியார்களின் பாடல்களுக்கு ஏற்பவும், கருத்துகளுக்கேற்பவும் பலவகை தாண்டவச் சிற்பங்களை அமைத்துள்ளனர். காலப்போக்கில பலர் இவற்றை வெவ்வேறு தாண்டவங்கள் எனவும் அதற்கேற்ப புனைக் கதைகளையும் பரப்பினர். இங்கு சிலவற்றை நாம் குறிப்பிடுதல் அவசியம்.

பெரும்பாலான சிவன்கோயில்களில் அம்பலத்தில் ஆடும் ஆனந்தத் தாண்டவச் சிற்பம் அமையும். ஆக்கல், காத்தல், அழித்தல், அருளல், ஆட் கொள்ளல் என ஐவகை தொழிலையும் ஒருங்கே நிகழ்த்தும் கலைநயமும், கருத்து நயமும் கொண்ட சிற்பம் இது. இச்சிற்பத்தில் வலது தன் கரம் காக்கும் கரமாகக் கொண்டு பெருவிரல் நுனி நெஞ்சுக்கு நேரே அமைய வேண்டும். மேற் கையில் உடுக்கை பற்றிப் படைக்கும் தொழிலைச் செய்திட வேண்டும். இடது தன் கரம் வலப்புறமாக வீசிய நிலையில் கரிகரமாக (கஜ ஹஸ்தம்) அமைய வேண்டும். இது அருள் தொழிலை காட்டுகிறது. இடது மேற்கரம் அனலை (தீ)த் தாங்கி நிற்கும். இது அழித்தல் தொழிலைக் காட்டுகிறது.

வலது காலை முயலகன் மீது மடக்கி ஊன்றி இடது காலைத் தூக்கிய திருவடியாக அமைதல் வேண்டும். இக்காட்சி ஆட்கொள்ளுதல் என்றும் மெய்ம்மத்தை விளக்கும். இறைவனின்தலையில் கபாலம் (மண்டை ஓடு)

அரவம், ஊமத்தம்பூ கொக்கிறகுச் சூடியதாக அமைத்து, தலையின் வலது புறத்தில் இளம்பிறையையும் அமைக்க வேண்டும். கழுத்திலும் உடலிலும் உருத்திராட்சமாலை பிற பல்வேறு அணிகளைப் பூண்டிருக்க வேண்டும். வலது காதில் மகர குண்டலமும் இடது காதில் ஓலை (பத்ர)க் குண்டலமும் அணிந்திருப்பவராகவும் இறைவன் வேகமாக சுழன்றாடுவதால் அவரின் சடைபுரி இருபுறமும் விரிந்து இருக்க வேண்டும்.

இச்சிற்பத்தை அழகிய ஒளிவட்டத்துடன் (பிரபையுடனும்) அமைப்பது வழக்கு. இறைவனின் அருகில் உமை நின்றிருக்க வேண்டும். ஊன்றப் பட்டிருக்கும் வலது காலின் கீழ் முயலகன் அரவத்தைப் பற்றிக்கொண்டு கீழ்நோக்கிய முகத்துடன் தாமரை பீடத்தில் அமைக்க வேண்டும்.

மேற்கூறியதைப் போலவே ஆனந்தத் தாண்டவச் சிற்பத்தை அமைத்துத் தலையில் கங்கையை வணங்கிய நிலையில் அமைக்க இதனை கங்காவிசர்ஜன தாண்டவம் எனவும் அழைப்பர்.

கால் மாறிய தாண்டவம்:

மதுரையில் ஆடல்வல்லானை வணங்கி வந்த மன்னன் குலசேகர பாண்டியன் இறைனை நோக்கி எப்போதும் வலது காலை ஊன்றியே காட்சி அளிக்கின்றாயே? உனது வலது கால் துன்பம் அனுபவிக்காதா? எனவே, உனது காலை மாற்றி காட்சி அளிக்கும்படி வேண்டியதாகவும், அதன் பொருட்டு இறைவன் வலது காலுக்குப் பதிலாக இடது காலை ஊன்றி காட்சி அளித்தார் என ஒரு செவி வழிக் கதையுண்டு. ஆனந்தத் தாண்டவம் ஆடும் இறைவனின் கால்கள் மட்டுமே மாற்றம் பெற்றிருக்கும். இத்தாண்டவச் சிற்பத்திற்கு கால்மாறி ஆடிய தாண்டவம் என்பர்.

ஆனந்தத் தாண்டவச் சிற்பத்தில் விரிசடை நீக்கி வட்டச் சடையாகவோ படர் சடையாகவோ அமைப்பர். இத்தாண்டவத்திற்குப் பெயர் அறிய முடியவில்லை.

ஊர்த்துவ தாண்டவம் :

வளைந்த இடது காலை முயலகன் மீது ஊன்றி வைத்து வலது காலை மகுடம்வரை உயரத் தூக்கியதாகவும் 8 கரங்கள் கொண்டதாகவும் வலது கரம் நான்கிலும் அபயம், சூலம், பாசம், துடி தாங்கியும் இடது கரங்கள் நான்கில் ஓடு (கபாலம்), தீ, கம்பு (தண்டம்) தன் கரத்தைக் குறுக்காக வீசுகரம் (கஜஹஸ்தம்) கொண்டு அமைக்க வேண்டும். இது ஊர்த்துவ தாண்டவத்தின் ஒரு பகுதியாகும்.

மேற்கூறியவாறு கால்களை அமைத்து 16 கரங்களுடன் கூடியவர். வலது 8 கரங்களில் அபயம், துடி, இருதலை சூளம், மூவிலைச் சூலம், கயிறு, கோடாரி, தடி, அரவம் பற்றி இடது 8 கரங்களில் இரண்டை விசுமயகரமாகவும் தொங்கு கரமாகவும் கொண்டு தீ, மிதுளம், கொடி, மணி, மண்டையோடு (கபாலம்) கொண்டு விளங்குபவர். இதுவும் ஊர்த்துவ தாண்டவத்தின் மற்றொரு வகையாகும்.

பரந்து விரிந்த சடையுடன் இடது கால் முயலகன் மீது வளைந்து ஊன்றப்பட்டும், வலது பாதம் கீழே ஊன்றப்பட்டு பெருவிரல் நுனி உயர்த்தியும் 8 கரங்களுடன் காட்சியளிப்பார். வலது கை நான்கிலும் அபயம், சூலம், பாசம், துடியும் பற்றி இடது கைகள் நான்கில் ஒன்று வீசுகரமாகவும், தீ, கபாலம் இவற்றைப் பற்றி ஒரு கரம் வியப்பைக் காட்டும் கரமாகவும் அமைந்திருக்கும். இடது பக்கம் உமை எழுந்தருளுவாள்.

இவ்வாடல் முன்கூறியதைப் போன்றதே. ஆனால், கைகள் ஆறு வலக் கை மூன்றில் கபாலம், துடி, சூலம் பற்றியும் இடக் கை மூன்றில் ஒரு கரம் வீசுகரமாகவும், மற்றொரு கரத்தில் வியப்பைக் காட்டும் விதத்திலும் மீதமுள்ள ஒரு கரத்தில் மண்டையோடு தாங்கியும் காட்சி அளிப்பார்.

மடித்து ஊன்றிய இடது கால் வலதுகால் சிறு விரல் பீடத்தில் பொருத்தி வளைத்தும் வைத்திருப்பார். கைகள் நான்கு. வலது கரங்களில் அபயம், துடி, இடது பக்கம் துடி, வீசுகரம் கொண்டு பரந்த சடையுடன் காட்சியளிப்பார்.

இவ்வண்ணம் மட்டுமின்றி கற்பனைத் திறத்தையும் அந்தந்த தல வரலாறுகளைப் பொருந்தியும் மேலும் பல்வேறு விதங்களையும் நடவரசப் பெருமானைக் காணலாம்.

சிற்ப நூல்கள் 10ஆம் நூற்றாண்டுக்குப் பிறகு எழுதப்பட்டவைகளாகும். சிற்பக்கலை நன்கு வளர்ச்சியடைந்த பின்னே இந்நூல்கள் எழுதப்பட்டுள்ளன. இவைகளை எழுதியவர்கள் ஆங்காங்கே கண்டதையும் பூசாரிகள் கூறியதை ஒட்டியும் எழுதியுள்ளனர். பழைய தமிழ்ச் சிற்ப நூல்கள் ஏதும் இருந்ததாகத் தெரியவில்லை. சில இலக்கியங்களில் பழந்தமிழ்ச் சிற்ப நூல்கள் குறித்துப் பேசப்படுகின்றன. ஆனால், முழுத் தொகுப்பாகவோ துண்டு துண்டாகவோ கூட கண்டுபிடிக்கப்படவில்லை. இந்த சிற்ப நூல் களையும் வடமொழியில் பெயர்த்து எழுதும்போது பல்வேறு தவறுகள் நிகழ்ந்திருக்கின்றன. நமது தமிழ் நூல்களைப் பார்ப்பணர்களின் ஒத்துழைப்புடன் தமிழர்களே அழித்துவிட்டனர்.

தலை முதல் கால் வரை ஒவ்வொரு உறுப்பின் நளிநயங்கள் கண்டோம். சில தாண்டவங்களையும் கண்டோம்.

108 கரணங்கள் என்பது இறைவன் ஆடிய 7 ஆக அல்லது 9, 10 ஆக தாண்டவங்கள் போன்றதல்ல. தலை முதல் கால் வரையிலான மொத்த உறுப்பு நளிநயங்கள் ஒருசேரக்காட்டும். 108 ஆடல்களின் மூலம் ஒட்டு மொத்த நளிநயக் கலையாகும். இவற்றினை ஆடல் கலைஞர்கள் கற்றுக் கொண்டால் எளிதில் நாட்டியக் கலையை எந்தப் பாடலுக்கும் உரிய பாவம், பதம் போன்றவைகளை அறிந்து கொள்ளலாம். இவை குறித்த விரிவான செய்திகளைப் பின்வரும் அத்தியாயங்களில் காண்போம்.

இறைவன் ஆடிய 108 கரணங்கள் என்பது செவிவழிக் கதையாகும். இங்கு காட்டப்பட்டுள்ள 108 கரணங்களோடு மேலும் பல திற வடிவங்களை உருவாக்கலாம். ஆனால், நம் கையில் இருக்கும் 108 கரணங்களுக்கு மட்டுமே வடமொழியில் பாடல்கள் (ஸ்லோகங்கள்) உள்ளன. இவற்றின் தமிழ் வடிவமே இந்நூலில் குறிக்கப்பட்டுள்ளது. வடமொழி தலைப்புகளை ஏற்கனவே திருமதி வடிவுதேவி அம்மையார் அவர்கள் மொழியாக்கம் செய்துள்ளார். அதனை அப்படியே நான் ஏற்றுள்ளேன்.

வடமொழியில் இப்பாடல்கள் (ஸ்லோகங்கள்) இருப்பதாலும் தஞ்சை பெரிய கோயிலில் சிவனே இக்கரணங்களை ஆடுவதுபோல் சிற்பங்கள் செதுக்கப்பட்டதால் இது இறைவன் கற்பித்த நாட்டியங்கள் ஆனது.

தஞ்சை நீங்கலாகப் பிற இடங்களில் இக்கரணங்கள் பெண்கள் ஆடுவதாகவே செதுக்கப்பட்டுள்ளன. எப்படி இருப்பினும் 108 சிற்ப வடிவங்கள் முழுமையாகக் காண இயலவில்லை.

இங்கு வரையப்பட்டுள்ள படங்களில் சிவனார் 4 கரங்களுடன் இருப்ப தாகக் காட்டியுள்ளேன். ஆனால், அவரின் படைகளைத் தவிர்த்துள்ளேன். கரங்களில் நிலைக்கேற்ப படைகள் அமைக்கப்பட்டால் அவை இயற்கைக்கு முரணானதாக நிற்கும்.

அவற்றிலும் பல பாடல்கள் (ஸ்லோகங்கள்) கூறும் வடிவமைப்புடன் சில நிலைகள் முரண்படுகின்றன. முடிந்தவரை இவற்றைத் தொகுத்துள்ளேன். இனி, 108 ஆடலியக்கங்களைக் (கரணங்களை) காண்போம்.

108 ஆடலியக்க வரிசை

1. மலரிடுகை - தலபுஷ்பபுடம்
2. துடங்குகை - வர்திதம்
3. நொசிகுறங்கு - வலிதோருதம்
4. கிளைக்கை நுடக்கம் - அபவித்தம்
5. இணைப்பறடு - சமநகம்
6. உரங்கையொடுக்கம் - லீனம்
7. குறுக்கிடுகையோச்சு - ஸ்வதிகரேசிதம்
8. உட்கொடு குறுக்கிடுகை - மண்டல ஸ்வஸ்திகம்
9. தட்டுதாள் - நிகுட்டகம்
10. சாய்தட்டுதாள் - அர்தநிகுட்டகம்
11. சுழலரை - கடிச்சின்னம்
12. கையோச்சு - அர்தரேசிதம்
13. மார்புக் குறுக்கிடுகை - வக்ஷஸ்வஸ்திகம்
14. பித்தர் நடம் - உன்மத்தம்
15. குறுக்கிட கைகால் - ஸ்வஸ்திகம்

16. புறங்குறுக்கீடு - பிருஷ்ட ஸ்வஸ்திகம்
17. சுழற்குறுக்கீடு - திக் ஸ்வஸ்திகம்
18. நொடிப்பு - அலாதகம்
19. அரைநேர்பு - கடீசமம்
20. அதிர வீசுங்கை - ஆக்ஷிப்தரேசிதம்
21. நிறைவீச்சு - விக்ஷிப்தாக்ஷிப்தகம்
22. குறுக்கிடுகால் - அர்தஸ்வஸ்திதம்
23. மருட்கை - அஞ்சிதம்
24. அரவச்சம் - புஜங்கத்ராசிதம்
25. முன்கை முழங்கால் - ஊர்துவஜானு
26. வளைகால் - நிகுஞ்சிதம்
27. மத்தளிகை - மத்தள்ளி
28. விச்சுமத்தள்ளி - அர்தமத்தளி
29. விட்டுத்தட்டல் - ரேசித நிகுட்டிதம்
30. பிறழ்குறங்கு - பாதாபவித்தகம்
31. சுழலாக்கம் - வலிதம்
32. கழலகம் - கூர்ணிதம்
33. மென்நடம் - தண்டபக்ஷம்
34. கோல்நடம் - தண்டபக்ஷம்
35. அரவச்சவீச்சு - புஜங்கத்திரஸ்தரேசிதம்
36. தண்டையாட்டு - நூபுரம்
37. பரிகாலசைவு - வைஷாகரேசிதம்
38. வண்டாட்டு - பிரமரகம்
39. சதுரம் - சதுரம்
40. அரவோச்சு - புஜங்காஞ்சிதம்
41. கோலோச்சு - தண்டகரேசிதம்
42. கொட்டுத்தேள் - விருச்சிக குட்டிதம்
43. இடை கொசிப்புச்சுழல் - கடிப்பிராந்தம்
44. தேள் இயக்கம் - இலதா விருச்சிகம்
45. இயங்கிடை - சின்னம்

46. தேள் எழுச்சி - விருச்சிகரேசிதம்
47. தேளி - விருச்சிகம்
48. அகல்நடம் - வயம்சிதம்
49. சிறகு மொட்டு - பார்சுவநிகுட்டகம்
50. பொட்டிடுகை - லலாடதிலகம்
51. ஒருக்களிப்பு - கிராந்தகம்
52. நொசிப்பு - குஞ்சிதம்
53. வளைப்பு - சக்கர மண்டலம்
54. உரம்பெறுகை - உரோமண்டலம்
55. வீசுகால்கை - ஆக்ஷிப்தம்
56. அங்கால் விளக்கம் - தலவிலஸிதம்
57. தாப்பாள் - அர்கலம்
58. ஒருமுகநடம் - விக்ஷிப்தம்
59. சுழலும் நடம் - ஆவர்தம்
60. அளவலாருதல் - டோலபாதம்
61. திருப்பகம் - விவர்த்தம்
62. இருப்புத்திருப்பு - விநிவிர்த்தம்
63. பக்கவீச்சு - பார்சுவக்கிந்தம்
64. நிலைப்பின்னம் - நிங்கம்பிதம்
65. மின்னேர்பு - பித்யுதபிராந்தம்
66. விரிவியக்கம் - அதிக்ராந்தம்
67. முடுகாட்சி - விவர்திகம்
68. களிறாடல் - கஜகிரீடிதம்
69. கொட்டாடல் - தல ஸம்ஸ்போடிதம்
70. கலுழவியக்கம் - கருடப்பதகம்
71. கன்னளி - கண்டசூசி
72. பரிப்பாடல் - பரிவிர்தகம்
73. பக்கமுழங்கால் - பார்சுவஜானு
74. கழுகியக்கம் - கிருத்ராவலினகம்
75. துள்ளல் கொட்டு - சன்னதம்

76. நுனை - சூசி
77. நுனைக்குறிப்பு - அர்தசூசி
78. நுனைப்பு - சூசிவித்தம்
79. திரிகுறங்கு - அபக்ராந்தம்
80. மயில்நடம் - மயூரலலிதம்
81. அரவியல் - சர்பிதம்
82. ஓங்குகால் - தண்டபாதம்
83. துள்ளுமான் - ஹரிணப்லுதம்
84. துள்ளலியக்கு - பிரேமசோலிதம்
85. நுசுப்பு - நிதம்பம்
86. நழுவகற்சி - ஸ்கலிதம்
87. துதிக்கை - கரிஹஸ்தம்
88. ஊர்பு - பிரஸர்ப்பிதம்
89. அரியாடல் - சிம்மவிக்ரீடிதம்
90. கோளரி - அரியாடல்
91. நிருகு நடம் - உதவ்ருத்தம்
92. சார்பியல் - உபசிருதகம்
93. தட்டொட்டு - தலஸங்கட்டிதம்
94. தோற்றம் - ஐநிதம்
95. நெகிழாக்கம் - அவஹித்தம்
96. உருக்காட்சி - நிவேசம்
97. மறியாடல் - ஏலசாக்ரீடிதம்
98. குறங்காட்சி - ஊருத்விருத்தம்
99. மயக்கு - மதங்கலிதம்
100. மாலடி - விஷ்ணுக்கிராந்தம்
101. கலப்பகம் - சம்ப்ராந்தம்
102. நிலைப்பு - விஷ்கம்பம்
103. அடியொட்டாடல் - உத்கட்டிதம்
104. காளையாட்டு - விருஷ பக்கீரீடிதம்
105. எழிற்கழல் - லோலிதம்

106. அரவெழுச்சி - நாக ஸர்பிதம்
107. உருளி - சகடாஸ்யம்
108. பூவருகங்கை - கங்காவர்ணம்
என்பனவாகும்.

சங்க இலக்கியங்களை ஆய்ந்து வரும் அறிஞர் தென்னன், மெய்ம்மன் யானைகளின் அசைவு, செயல், இன்னும் பல நடவடிக்கைகளைக் கொண்டு நூற்றுக்கணக்கான பெயர்களைத் தொகுத்துள்ளார். யானைக்கு இத்தனை பெயர் வழங்கிய தமிழர்கள் ஆடல் நளிநயத்திற்கு தமிழில் பெயர் கொடுக்காமலா இருப்பர்? எப்படியோ அழிக்கப்பட்டது. இனி கரணங்களைப் பார்த்தும், படித்தும் அறிவோம்.

1. மலரிடுகை - தல புஷ்பபுடம்

காவ்நுனிகளால் ஆடுபவர், சிறிது வணங்கிய பக்கத்தை உடையவர் வலது காலைத் தட்டி இடது காலைச் சற்றே மேல் தூக்கி முன்னோக்கி நகர்ந்து வலதுகாலை குத்திட வைக்க வேண்டும். இவ்வாடலியக்கத்திற்கு ஊன்றி வைத்து முழுவதுமாக மலரிடுகை நளிநயமே காட்ட வேண்டும்.

சிற்பக்காட்சிகள் தஞ்சை

இடதுபுறம் வளைந்த உடல் வலது கால் இடது காலை நேராக கிடத்தி மலரிடுகை நளிநயம்.

சிதம்பரம்

எதிர்முக இரு கால்கள் மார்பின் வலதுபுறத்தில் மலரிடுகை நளிநயம்.

சிதம்பரம்

எதிர்முகமாக வளைந்த கால்கள் நேரிட்ட நிலையில் மலரிடுகை நளிநயம்.

2. துடங்குகை - வர்திதம்

இரு மணிகட்டுகளைத் தொடையின் அருகில் தொங்கவிடுதல். கைத்தளங்களை வளைத்து வரவேற்பதுபோல், தொடைகளுக்கு அணுக்கமாகத் தொங்கவிட்டு, கால்களைச் சற்றே மடித்து வலது காலைப் பதியவைத்து இடது காலின் குதியைச் சற்றே உயர்த்தி, குறுக்கிடுகைபோல் மாறி மாறி ஆடுதல்.

சிற்பக் காட்சிகள் - தஞ்சை

வலது கால் குத்திட்டு இடது காலை நேரே வைத்துத் தொடைமீது இருத்திய கைகள்.

சிதம்பரம்

எதிர் முகமாகச் சற்றே மடித்த கால்கள். தொடைக்கு அருகே தொங்க விட்ட இரு கைகள். உடல் சமம்.

குடந்தை

சமமான இரு கால்கள் தொடைகளுக்கு அருகே கைகள்.

௩. நொசிகுறங்கு - வலிதோருதம்

கிளிமூக்கு (சுகதுண்டம்) நளிநயத்தில் கைகளை வைத்து அந்நளிநயங்களை மார்பை நோக்கியவாறு கொண்டு வந்து தொடைகள் வரை கொண்டு வருதல்.

சிற்பக் காட்சி - தஞ்சை

வலது தொடையை உயர்த்தி இடது முழங்கால் இரண்டு கைகளும் இடைக்கருமாக உள்ளன.

சிதம்பரம்

எதிர்முகமாக இருகால்கள், இரு கைகளும் நெஞ்சுக்கருகில் வைத்து வலப்பக்கம் சாய்ந்த நிலை.

குடந்தை

இடது தொடைக்கு முன்னதாக வலது தொடை குறுக்கிட்டுள்ளது. கைகளும் மணிக்கட்டு அருகில் குறுக்கிட்டு இடது பக்கமாகத் தொங்க விடப்பட்டுள்ளது.

கோ.வீரபாண்டியன் | 93

4. கிளைக்கை நுடக்கம் - அபவித்தம்

வலது கையைக் கிளிக்கை நளிநயமாகப் பற்றிப் பின்புறமிருந்து தொடைக்கருகில் கொண்டு வர வேண்டும். இடது கை உச்சி நளிநயத்துடன் மார்பில் வைத்து இரண்டு குதிகால்களை எதிர் எதிராக வைத்து ஆடுவது.

சிற்பக் காட்சிகள் - தஞ்சை

இரு முழங்கால்கள் இணைந்த நிலையில் இடதுபக்க மார்பில் ஒருகையும் வலது கையில் நண்டு முக நளிநயம் பிடித்தவாறு இடைக்கருகிலும் உள்ளவாறு செதுக்கப்பட்டுள்ளது.

குடந்தை

வலது கால் இடது காலுக்கு முன்புறமாக வைத்து, வலது கை தொடையிலும், இடது கை மார்பிலும் வைக்கப்பட்டுள்ளது.

சிதம்பரம்

சமமானவை. எதிர்முக கால்கள் கைகள் மேற்கூறியவாறு.

5. இனைப்பறடு - சமனகம்

உடல் வளையாமலும், நிமிராமலும் துவண்டு தொங்குகின்ற கைகளுடன் நேர் நின்று பாதங்களை நேர் நிறுத்தி வைத்து இருப்பது.

சிற்பக்காட்சிகள் - தஞ்சை

சமநிலையில் நின்று கைகள் தொடைக்கருகில் தொங்கவிடப்பட்டுள்ளன.

சிதம்பரம்

தஞ்சையில் உள்ளவாறே.

குடந்தை

நேர் நின்று தொங்கவிட்ட கைகள் சற்றுத் தள்ளிச் செதுக்கப் பெற்றுள்ளது.

6. உரங்கையொடுக்கம் - லீனம்

கழுத்தையும், தலையையும் முன் பக்கம் நீட்டி வளைக்கப்பட்ட தோள்களோடு பாதாகை நளிநயத்தை மார்பில் நேரே பற்றியிருத்தல். சுலோகத்தின் அடிப்படையில் கரங்களை மார்பில் வணங்கு நளிநயமாக பற்றி முன்னோ, பின்னோ நகர எத்தனிப்பது போன்ற நிலை.

சிற்பக்காட்சிகள் : தஞ்சை - சிதம்பரம் - குடந்தை

சமமாக நின்று மார்பில் வணங்கிய நளிநய கரம்.

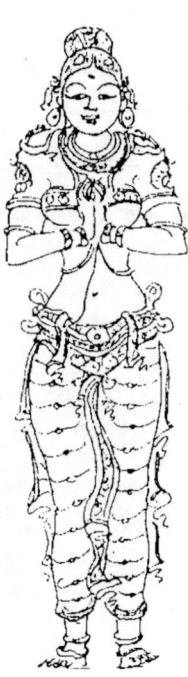

7. குறுக்கிடுகையோச்சு - ஸ்வதிகரேசிதம்

கால்களைச் சற்றே மடித்துக் குதிகால்கள் எதிர் எதிரே இருக்கும் வண்ணம் அமைத்துக் கைகளை இடுப்பில் ஊன்றி வைத்திருத்தல்.

சிற்பக்காட்சிகள் - தஞ்சை

காலகள் சமம். கைகள் தொடையின் மீது வைக்கப்பட்டுள்ளன.

சிதம்பரம்

எதிர்முகக் கால்கள் கைகள் தொடையில் இறுக்கப்பட்டுள்ளன.

குடந்தை

கால்கள் சமம். கைகள் மார்பில் குறுக்கிட்டதாக வைத்த நிலை.

௮. உட்கொடு குறுக்கிடுகை - மண்டல ஸ்வஸ்திகம்

கைகளைக் குறுக்கிடு நளிநயம் கொண்டு மார்பில் இருத்திக் கால்களைச் சதுர நளிநயத்துடன் வைத்து முன்னும் பின்னுமாக ஆடுவது.

சிற்பக்காட்சிகள் : தஞ்சை - சிதம்பரம் - குடந்தை

எதிர்முகமாக இரு கால்கள். மார்பில் குறுக்கிடப்பட்டுள்ள கைகள்.

9. தட்டுதாள் - நிகுட்டகம்

வலது இடது கைகளை முன்னும் பின்னும் வைத்துக் கைகளைத் தோளுக்கருகில் மலர் தாமரை நளிநயத்துடன் ஆடுவது. இடது கையை உயர்த்தும்போது இடதுகாலைத் தரையில் தட்டுவதும், வலது கையை உயர்த்தும்போது வலது காலைத் தரையில் தட்டி ஆடுதல் வேணடும்.

சிற்பக்காட்சிகள் - தஞ்சை

எதிர்முகமாகக் கால்கள். மலர் தாமரை நளிநயம் பற்றிய கைகள் தோள்களுக்கருகில் உள்ளது.

சிதம்பரம்

எதிர்முகக் கால்கள கைகள் தோளை ஒட்டாமல் சற்றே உயர்ந்துள்ளது.

குடந்தை

வலது கால் சமமாகவும், இடது குதிகால் உயர்ந்தும், வலது அகங் கை புலப்படவும், இடது கை வீசப்பெற்ற நிலையில் அமைந்துள்ளது.

10. சாய்தட்டுதாள் - அர்தநிகுட்டகம்

கால்கள் தட்டுதல் போன்று அமைய ஒரு கையைச் சதுர நளிநயத்துடன் மார்பில் வைக்க, மற்றொரு கையில் பல்லவ நளிநயமாக கை தலைக்கு மேல் கொண்டு சென்று, மலர் தாமரை நளிநயத்துடன் முடிக்க வேண்டும்.

சிற்பக்காட்சிகள் - தஞ்சை

எதிர் முகமாகக் கால்கள் கைகள் தோளுக்கு மேல் உள்ளன. தலை இடதுபுறம் திரும்பியுள்ளது.

சிதம்பரம்

வலது கால் குத்திட்டு இடது கால் சமமாக அமைந்து இடது கரம் மார்பிலும் வலது கரம் தோளுக்கு மேலும் உள்ளது.

குடந்தை

வலது கால் சமமாகவும், இடது கால் குத்திட்டும் வலது கை தோள்களுக்கு மேலும் இடது கை மார்பில் வைத்து முன்புறம் சற்றே சாய்ந்த நிலையில் வடிக்கப் பெற்றுள்ளது.

11. சுழலரை - கடிச்சின்னம்

காலை பக்கவாட்டில் நீட்டி இடையைச் சிறிது உயர்த்திக் கைகளைத் தலைக்கு மேல் பறவை பறப்பதுபோல் பல்லவ நளிநயத்துடன் இவ்வாறு மீண்டும் மீண்டும் செய்தல் வேண்டும்.

சிற்பக்காட்சிகள் - தஞ்சை

எதிர்முகக் கால்கள், தோள்கள் சரிந்த நிலையில் கொடி (பதாகை) நளிநயத்துடன் கூடிய கைகள் இடை வலது பக்கம் சற்றே உயர்ந்த நிலையில் உள்ளது.

சிதம்பரம்

எதிர்முகக் கால்கள் தோள்வரை உயர்த்தி நீட்டப் பெற்ற கரங்கள்.

குடந்தை

எதிர்முகக் கால்கள் கைகள் இடைவெளி இன்றி மார்பில் பொதிந்துள்ளன.

12. கையோச்சு - அர்தரேசிதம்

வலது கை மலர் தாமரை நளிநயத்தோடு மார்பில் வைத்து இடது கையைத் தலைவரை உயர்த்தி சுட்டு நளிநயமாக அமைத்துக் கால்களைச் சிறிது பக்கவாட்டில் வளைத்தாடுவது.

சிற்பக்காட்சிகள் - தஞ்சை

வலது கால் குத்திட்டு இடது கால் நேர்நின்று வலது கை தோள்வரை உயர்த்தியும் இடது கை மார்பின் நடுவிலும் வைத்துள்ளவாறு அமைந்துள்ளது.

குடந்தை

உடல், கால் அமைப்பு தஞ்சையைப் போன்றதே. வலது கை கொடி நளிநயத்துடன் தோள்வரை உயர்த்தி இடது கை மடக்கப்பட்டுள்ளது.

13. மார்புக் குறுக்கிடுகை - வக்ஷஸ்வஸ்திகம்

கால்கள் குறுக்கிடுகையாகக் கொண்டு, கைகளையும் மார்பில் குறுக்கிடுகையாக வைத்துப் பாதங்களை மாற்றி சிறு விரல் பொருந்த குறுக்காக வைப்பது.

சிற்பக்காட்சிகள் - தஞ்சை

குறுக்கிட்ட கால்கள் குறுக்கிட்ட கைகள் இடது புறம் சற்றே சாய்ந்த நிலை.

சிதம்பரம்

வலது கால் முன்வைக்கப்பட்டு இடது காலைப் பின் வைத்துக் குறுக்கிடப்பட்டுள்ளது. மார்பில் குறுக்கிட்ட கரங்கள்.

குடந்தை

வலது கால் முன் வைக்கப்பட்டு இடது காலைப் பின் வைத்துக் குறுக்கிடப்பட்டுள்ளது. மார்பில் குறுக்கிட்ட கரங்கள்.

14. பித்தர் நடம் - உன்மத்தம்

எதிர்முக வளைந்த கால்களோடு இரு கைகளையும் பறப்பதுபோல் நீட்டி மணிக்கட்டிலிருந்து கைகளை தொங்கவிட்டபடி வலது காலைச் சற்று முன் வைத்தும் குதி உயர்ந்த நிலையில் ஆடுவது.

சிற்பக்காட்சிகள் - தஞ்சை

எதிர்முக இரு கால்கள் வலது முழங்கை வளைக்கப்பட்டு விரல்கள் தலை வரை உயர்த்திய நிலை இடது கை மடக்கப்பட்டு இடது இடுப்பின்மேல் காட்டப் பெற்றுள்ளது.

சிதம்பரம்

எதிர்முகமான இரு கால்கள் இரு கைகளும் தோளுக்கு மேலாக உயர்த்தப்பட்டுள்ளது. உடல் சமநிலை.

குடந்தை

வலது கால் நேரே வைத்து இடது கால் மடக்கப்பட்டு முன்பாதம் சற்று மேல் தூக்கப்பெற்ற நிலையில் உள்ளது. கைகள் இரண்டும் மார்பில் உள்ளன.

கோ.வீரபாண்டியன் | 115

15. குறுக்கிடு கைகால் - ஸ்வஸ்திகம்

கைகள், கால்கள் இவற்றைக் குறுக்கிடும் நிலையில் மாற்றி மாற்றிச் செய்தல் வேண்டும்.

சிற்பக்காட்சிகள் - தஞ்சை

வலது குதிகால், இடது முன்பாக எதிர் முகமாகக் காட்டப்பட்டுள்ளது. கைகள் மார்பில் வைத்து வலதுபுறமாக சாய்ந்த நிலையில் உள்ளது.

சிதம்பரம்

வலது கால் முன்னதாகக் குறுக்கிட்டு எதிர்முகக் கால்கள் மார்பில் குறுக்கிட்ட கைகள்.

குடந்தை

இரு குதி கால்களும் உயர்ந்து எதிர்முக கால்கள் கைகள் பிணைக்கப்பட்டு மார்பில் உள்ளன.

16. புறங்குறுக்கீடு - பிருஷ்ட ஸ்வஸ்திகம்

கைகள், கால்கள் இவற்றைக் குறுக்கிடும் நிலையில் மாற்றி மாற்றிச் செய்தல் வேண்டும். திரும்பி பின்புறத்தைக் காட்டி முகத்தின் பக்கவாட்டையும் அவைக்குக் காட்டிச் சுழன்றாடுவது.

சிற்பக்காட்சிகள் - தஞ்சை

குறுக்கிட்ட கை கால்களுடன் இடையிலிருந்து உடலின் மேல் பகுதி வரை வலது பக்கம் நோக்கியதாக உள்ளது.

சிதம்பரம் - குடந்தை

குறுக்கிட்ட கை, கால்கள் பின்பகுதி மட்டுமே காட்டப் பெற்றுள்ளது.

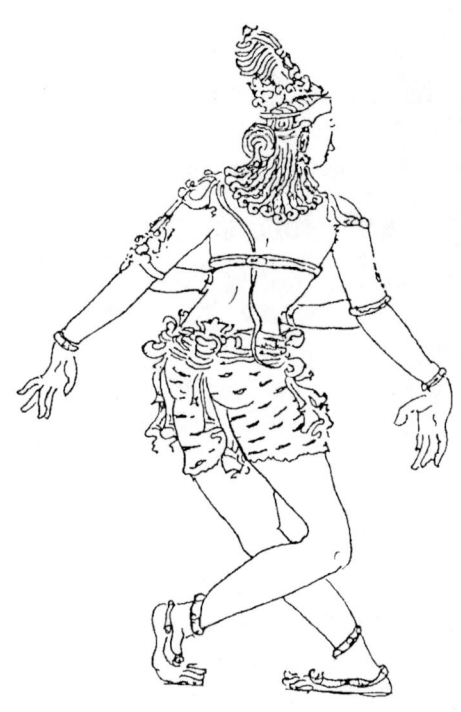

17. சுழற்குறுக்கீடு - திக் ஸ்வஸ்திகம்

கைகளைக் குறுக்கிட்டு மார்பில் இருத்திக் கால்கள் முழங்காலிட்டு ஒன்றோடு ஒன்றிணைந்து இந்நிலையைப் பின்புறமாகக் காட்டுவது.

சிற்பக்காட்சிகள் - தஞ்சை

இடது கால் வலது காலுக்கு முன்பாகக் குறுக்கே குத்திட்டு வைக்கப்பட்டுள்ளது. கரங்கள் மார்பின் முன் குறுக்கிட வைக்கப்பட்டுள்ளன. அவை வலப்புறமாகச் சாய்ந்துள்ளது.

சிதம்பரம்

பின்புற நிலையைக் காட்டுகிறது. இடை சமமாக உள்ளது.

குடந்தை

பின்புற நிலையைக் காட்டுகின்றது. இடது கால் முன்னும் வலது கால் பின்னும் குறுக்கிடப்பட்டுள்ளது. முகம் பாதியளவு தெரியும்படி வலது புறம் திரும்பியுள்ளது.

18. நொடிப்பு - அலாதகம்

வலது காலை உயர்த்தி மடித்து வலது கையை அதன் மேல் வைத்துப் பின்னர் இடது காலை உயர்த்தி அதன்மீது இடது கையை வைத்து மாறி மாறி ஆடுதலாம்.

சிற்பக்காட்சிகள் - தஞ்சை

எதிர்முக மடித்துக் குத்திட்ட கால்கள், இடதுகை தொடைக்கு மேல் மடக்கப்பட்டும் வலது கை தோளுக்கு மேல் உயர்த்தியும் இடதுபுறம் சாய்ந்த நிலையிலும் உள்ளது.

சிதம்பரம்

வலதுகால் குத்திட்டும், இடது கால் எதிர்முகமாகவும் உள்ளன. கைகள் தொடைகளுக்குச் சிறிது தள்ளித் தொங்கவிட்ட நிலையில் உள்ளன.

குடந்தை

சிதம்பரம் போன்றே கால் அமைப்பு. வலது கை முழங்காலைத் தொடுவது போல் உள்ளது.

19. அரைநேர்பு - கடீசமம்

குறுக்கிட்ட கால்களைப் பிரித்து வலது கையினை இடுப்பிலும், இடது கையினைத் தொடையில் வைத்தும் இருப்பதாகக் கொண்டு ஆடுவது.

சிற்பக்காட்சிகள் - தஞ்சை

எதிர்முகமாகக் குத்தப் பெற்ற கால்கள் இடது கை தொடையிலும், வலது கை நண்டு நளிநயத்துடன் கொப்பூழ் அருகிலும் உள்ளன.

சிதம்பரம்

எதிர்முகக் கால்கள் வலது கை இடையிலும் இடது கை தொடையின் மீதும் உள்ளன.

குடந்தை

குத்திட்ட இரு கால்கள், வலது கை தொடையின்மீதும் இடது கை மார்பிலும் இடை சற்றே இடப்புறம் சாய்ந்துள்ளது.

கோ.வீரபாண்டியன் | 125

20. அதிர வீசுங்கை - ஆக்ஷிப்தரேசிதம்

இடது கையை மடக்கி மார்புக்கு நேராக வைத்து வலது கையைத் தொங்கவிட்டு முழங்காலை மடக்கி நின்று ஆடுவது.

சிற்பக்காட்சிகள் - தஞ்சை

இடது காலுக்கருகே குத்திட்ட வலதுகால் இடது கை இடது மார்புக்கு அருகே உள்ளது. தலைவரை மடிந்த முழங்கையுடன் காணப்படுகிறது. தலை இடதுபுறம் சாய்ந்த நிலை.

சிதம்பரம்

எதிர்முக சம இரு கால்கள். வலது கை தொடையின் மீதும் இடது கை மடக்கப்பட்டும் உள்ளன.

குடந்தை

எதிர்முகக் கால்கள், வலது கை தோளுக்கு மேல் வீசப்பட்டும், இடது கை மடக்கப்பட்டும் உள்ளது.

21. நிறைவீச்சு - விக்ஷிப்தாக்ஷிப்தகம்

வீசப்பட்ட கைகால்களை கொண்டு மீண்டும் மீண்டும் அவ்வாறே செய்தல் வேண்டும். வலது கை தொங்கி வீசிய நிலையிலும் இடது கை நண்டு நளிநயம் பற்றி வலது காலை முன் வைத்து இடது காலை ஊன்றி ஆடும் நிலை.

சிற்பக்காட்சிகள் - தஞ்சை

எதிர்முகக் கால்கள் இடப் பகுதியில் இருத்தப் பெற்ற கைகள் இடது பக்கம் சாய்ந்தவை.

சிதம்பரம்

எதிர்முகக் கால்கள் வலது கை வஞ்சிக்கொடி நளிநயத்துடனும் இடது கை மடக்கப்பட்டும் உள்ளது.

குடந்தை

மடக்கப்படாத இடது கால் சற்றே உயர்த்திய வலது கால், வலது அகங் கை தெறிய தோளை வளைக்கப்பட்டு இடது கை நண்டு பிடி நளிநயத்துடன் மார்பில் உள்ளது. தலை சற்றே இடப்புறம் சாய்ந்துள்ளது.

22. குறுக்கிடுகால் - அர்தஸ்வஸ்திதம்

கால்களைக் குறுக்கிடு கையாக வைத்து வலது கையை இடுப்பில் வைத்து இடது கையைச் சற்றே மடித்து மார்பின் மேல் அரவ நளிநயத்துடன் வைத்து ஆடுவது.

சிற்பக்காட்சிகள் - தஞ்சை

வலதுகால் முன்னதாக வைத்துக் குத்திட்ட கால்கள் வலது கை மடங்கி வயிற்றுப் பகுதியிலும் இடது கையை மார்பில் வைத்தும் உடலும் தலையும் இடது பக்கமாகச் சாய்ந்துள்ளது.

குடந்தை

குறுக்கிட்ட கால்கள் வலது கை மார்பருகே தொங்க விடப்பட்டும், இடது கை மார்பிலும் உள்ளது.

சிதம்பரம்

ஏறக்குறைய குடந்தைச் சிற்பத்தை ஒத்துள்ளது.

23. மருட்கை - அஞ்சிதம்

கால்களை மாற்றி மாற்றி வைத்து உள்ளங்கால் வெளியில் தெரியும் வண்ணம் வைத்தாடுவது. இடது கையைச் சுட்டுநளிநயத்துடன் மூக்கைச் சுட்டும் வகையிலும் வலது கையை இடதுபுறம் குறுக்காக நீட்டியும் காட்சி தருவது.

சிற்பக்காட்சிகள் - தஞ்சை

குறுக்கிடப்பட்டுள்ள கால்கள் வலது குதிகால் சற்று உயர்ந்தும் மூக்கின் அருகே இடது கையும் வலது கை இடப்பக்கம் சாய்ந்த நிலையிலும் காணப்படுகிறது.

சிதம்பரம்

தஞ்சையை போன்றது. வலது கரம் மட்டும் மார்பில் உள்ளது.

24. அரவச்சம் - புஜங்கத்ராசிதம்

இடுப்பையும் முழங்காலையும் வளைத்து ஆடுவது. அதாவது அரவத்தைக் கண்டு அஞ்சும் நிலை என்பது இதன் பொருள். காலை வளைத்து உயரே தூக்கிக் கோண நிலையில் தாடையை வைத்து, தொடை, இடுப்பு, முழங்கால்களை வளைத்து தெளிந்தாடுவது.

சிற்பக்காட்சிகள் - தஞ்சை

இடது காலுக்குக் குறுக்காக நீட்டப்பெற்ற இடதுகால் வலது கை வலது இடையை நீட்டியும் இடது கை மார்பிலும் சற்றே இடது பக்கம் சாய்ந்த வண்ணம் உள்ளது.

சிதம்பரம்

இடது வலது கால்கள் முக்கோணமாக இடதுபுறம் வளைக்கப்பெற்றும் மார்பின் குறுக்கே நீட்டப்பெற்ற வலது கையும் மார்பின் மீது கொடி நளிநயத்துடன் இடது கையும் உள்ளன.

குடந்தை

இடது காலுக்குக் குறுக்காக நீட்டப்பெற்ற இடதுகால் வலது கை வலது இடையை நீட்டியும் இடது கை மார்பிலும் சற்றே இடது பக்கம் சாய்ந்த வண்ணம் உள்ளது.

25. முன்கை முழங்கால் - ஊர்துவஜானு

வலது முழங்காலை மார்பளவு உயர்த்தி இடது காலைச் சற்றே மடக்கி ஊன்றி வலது கையை வீசி நின்று இடது கையைத் தோளுக்கருகே நண்டுப்பிடி நளிநயத்துடன் காட்ட வேண்டும்.

சிற்பக்காட்சிகள் - தஞ்சை

இடை வரை உயர்த்தப்பெற்ற வலது கால் வளைந்து ஊன்றிய இடது காலில் மார்பளவில் மடக்கப்பெற்ற கைகள்.

சிதம்பரம்

இடை வரை உயர்த்தப் பெற்ற வலது கால் வளைந்து ஊன்றிய இடதுகாலில் மார்பளவில் மடக்கப்பெற்ற கைகள்.

குடந்தை

தஞ்சையைப் போன்ற கால் வடிவம் வலது கை நளினமாகவும், இடது கை கொடி (பதாகை) நளிநயமாகவும் உள்ளது.

26. வளைகால் - நிகுஞ்சிதம்

வலது காலை வளைத்து உயர்த்தி பாதம் மூக்கருகே வரும்படி செய்து வலது கையை வீசு நளிநயம் கொண்டு மூக்கிற்கு எதிரே இடது கையை வைத்து ஆடுவது.

சிற்பக்காட்சிகள் - தஞ்சை

வலது முழங்கால் மடங்கிப் பின்புறம் நீட்டப்பெற்று, எதிர்முகமாகச் சமமாக இடது கால் கொண்டு கரங்கள் மார்புப் பகுதியில் மடக்கப் பெற்றுள்ளன.

சிதம்பரம்

தலை உச்சிவரை பின்புறமாக வளைத்து உயர்த்திய வலது கால் எதிர்முகமாக இடது கால் வலக்கரம் வீசுகரமாகவும், இடதுகரம் காது அருகிலும் அமைக்கப்பட்டுள்ளது.

குடந்தை

வலது கால் பின்புறம் வளைக்கப்பட்டுள்ளது. எதிர் முகமாக இடதுகால் இடதுபுறம் தோளுக்கு மேலே உயர்த்தப்பட்ட கால்கள் தலை வலது பக்கம் சாய்ந்துள்ளது.

27. மத்தளிகை - மத்தள்ளி

வலது காலை நுனியை ஊன்றி இடது காலைக் குறுக்காக வைத்து வலது கையைத் தொடையின்மீது வைத்தும், இடது கையை நண்டு நளிநயத்துடன் நெகிழ்ந்து அசைந்து மத்தளம் வாசிப்பதுபோல் ஆட வேண்டும்.

சிற்பக்காட்சிகள் - தஞ்சை

எதிர்முக இரு கால்கள். இடை அருகே தொங்க விடப்பட்ட கரங்கள்.

சிதம்பரம்

விரல்கள் ஊன்றிய வலது கால். எதிர்முக இடது கால் தொடையின் மீது இருத்தப் பெற்ற வலதுகரம். மார்பில் வைக்கப்பட்ட இடது கரம்.

28. விச்சுமத்தள்ளி - அர்தமத்தளி

வலது காலை ஊன்றி இடது காலின் குதி உயர்த்தி இருத்தப்பெற்ற வலது கை, நீட்டி நெளிந்து தொங்கும் இடது கை. இவற்றைக் கொண்டு இரு கால்களையும் மாற்றி மாற்றி முன்னும் பின்னும் நகர்ந்தாடுவது.

சிற்பக்காட்சிகள் - தஞ்சை

எதிர்முகக் கால்கள் வலது தொடையில் வலது கை, இடது பக்கம் நீட்டப்பெற்ற இடது கை.

சிதம்பரம்

ஏறக்குறைய தஞ்சையைப் போன்றதே.

கோ.வீரபாண்டியன் | 143

29. விட்டுத்தட்டல் - ரேசித நிகுட்டிதம்

இடது, வலது நுனிக்காலைத் தட்டி வலது கையைத் தோள் வரை உயர்த்தி இடது கை மத்தளம் வாசிப்பதுபோல் ஆடுவது.

சிற்பக்காட்சிகள் - தஞ்சை

வலது குதிகால் உயர்த்தப்பெற்று இடது காலை ஊன்றி வலது கையைத் தலைவரை உயர்த்தி இடது கை மார்பில் பொருந்தியும் அமைந்துள்ளது.

சிதம்பரம்

கால், உடல் தஞ்சையைப் போன்றது. வலது கை தோள் வரை உயர்த்தப்பட்டுள்ளது. இடது கை தொடைக்கு அருகே தொங்கவிடப் பட்டுள்ளது.

30. பிறழ்குறங்கு - பாதாபவித்தகம்

வயிறு மட்டத்திற்கு மேல் கைகள் நண்டுப் பிடி நளிநயம் பிடித்துக் கால்கள் குத்திட்டுத் துடைகளை உயர்த்தி மாற்றி மாற்றி ஆடுவது.

சிற்பக்காட்சிகள் - தஞ்சை

இடது காலுக்கருகில் வலது காலைக் குத்திட்டுக் கைகள் இரண்டும் நண்டுப்பிடி நளிநயமாக மார்பில் உள்ளன.

சிதம்பரம்

தஞ்சையைப் போன்றுள்ளது.

குடந்தை

மேற்கூறியதைப் போல்.

31. சுழலாக்கம் - வலிதம்

இடது கையைத் துடைமேல் ஊன்றி இடது காலைத் தட்டி அதைச் சுட்டுவது போல் வலது காலை அமைத்து வலது கை அதற்கேற்ப மேலெழும்பிக் கொடி நளிநயத்துடன் மார்பில் காட்டுவது.

சிற்பக்காட்சிகள் - தஞ்சை

எதிர்முகக் கால்கள் உயர்த்தி நீட்டப்பெற்ற நளினக்கை. வலது கை மார்புக்கருகே மடக்கப்பட்ட இடது கை. இடது பக்கம் திரும்பிய உடல்.

சிதம்பரம்

கால் வடிவம் தஞ்சையைப் போன்றது. மார்பில் வலது கையும் தொடை மீது ஊன்றிய நிலையில் இடது கை.

32. சுழலகம் - கூர்ணிதம்

வலது கையைச் சுழற்றி உயர்த்தி நண்டுப்பிடி நளிநயத்தோடும், இடது கையைத் தொங்கவிட்ட நிலையிலும் வைத்துக் கால்களைக் குறுக்கீடாகக் கொண்டு சுழன்று ஆடுவது.

சிற்பக்காட்சிகள் - தஞ்சை

இடது காலுக்குமுன் குறுக்கே வைக்கப்பட்ட வலது கால் மார்பருகே வைக்கப்பட்டு நண்டு நளிநயம் கொண்ட வலது கை தொங்கவிடப்பட்ட இடது கை.

சிதம்பரம்

கொடி நளிநயத்துடன் வலது கை மார்பில் நண்டுப்பிடி இடது கை கால்கள் குறுக்கிடப்படவில்லை.

குடந்தை

தஞ்சையைப் போன்றது.

33. மென்நடம் - இலலிதம்

இடது கையைத் துதிக்கையைப் போல் ஆட்டிக் கொண்டு வலது கையைத் தலையருகே வரும்படி வளைத்து வைத்துக் கால்களைக் குத்திட வைத்து மாறிமாறித் தட்டி ஆடுதல்.

சிற்பக்காட்சிகள் - தஞ்சை

எதிர் முகமாகக் குத்திட்ட இரு கால்கள் வஞ்சிக்கொடி போல் இடது கை நண்டுப்பிடி நளிநயத்துடன் மடக்கப்பட்ட வலது கை, வலது பக்கம் சாய்ந்த நிலை.

சிதம்பரம்

எதிர்முக குத்திட்ட இரு கால்கள் இடது கை வஞ்சிக்கொடி நளிநயத்துடனும் வலது கை நண்டுபிடி நளிநயத்துடனும் மடக்கப் பெறும் வலது பக்கம் சாய்ந்த நிலையிலும் உள்ளது.

குடந்தை

சிதம்பரம் போன்றது.

34. கோல்நடம் - தண்டபக்ஷம்

வலது முழங்காலை மார்புக்கருகே உயர்த்தி இடது முழங்காலைத் தாழ்த்திப் பறப்பதுபோல் கைகளை இரு பக்கமும் வீசி ஆடுதல் காலை தரையில் தாழ்த்தும்போது கைகள் மார்பின் குறுக்கே காட்டி ஆடுதல்.

சிற்பக்காட்சிகள் - தஞ்சை

வளைந்திட்ட இடது கால், இடை அளவு உயர்ந்த வலது கால், வலது முழங்கால் மீது இருத்தப்பெற்ற நளினகரம் மடக்கப்பட்ட இடது கை.

சிதம்பரம்

தஞ்சையைப் போன்ற கால் அமைப்பு. வலது இடது கரங்கள் நளினமாக நீட்டப் பெற்ற நிலை.

குடந்தை

தஞ்சையைப் போன்ற கால் அமைப்பு. வலது முழங்கால் மீது வைக்கப்பட்ட வலதுகரம் நீட்டப்பெற்ற இடது கரம்.

35. அரவச்சவீச்சு - புஜங்கத்திரஸ்தரேசிதம்

வலது காலை உயர்த்திக் கைகளை இடது பக்கத்தில் அரவம் (பாம்பு) போல் தொங்கவிட்டுப் பக்கவாட்டில் நகர்ந்து நடிப்பது.

சிற்பக்காட்சிகள் - தஞ்சை

இடைவரை உயர்த்தி நீட்டப்பெற்ற வலது கால். சற்றே மடக்கி ஊன்றப் பெற்ற இடதுகால். மார்புக்குக் குறுக்காக இடப்புறம் நீட்டப் பெற்ற வலது கை. வஞ்சிக் கொடி நளிநயத்துடன் இடது கை. சற்றே இடதுபுறம் சாய்ந்த நிலை.

சிதம்பரம்

எதிர்முகச் சம இரு கால்கள். மார்பின் குறுக்கே நீட்டப்பெற்ற வலது கரம். தோள் வரை வீசிய இடது கை.

குடந்தை

தஞ்சையைப் போல் சாய்வாகவும் வலது கை மார்பில் மடக்கப் பெற்றும், இடது கை தோள் வரை உயர்த்தி நீட்டப் பெற்றும் உள்ளது.

36. தண்டையாட்டு - நூபுரம்

கால்களைச் சுழற்றிக் குறுக்கிட்ட நிலையில் நிறுத்தி கைகளை இருபுறமும் வீசி ஒரு காலை மற்றொரு காலின் மேல் வைத்து ஆடுவது.

சிற்பக்காட்சிகள் - தஞ்சை

எதிர்முகமாக மடக்கப்பட்ட கால்கள். உயர்த்தி வீசப்பட்ட கைகள் இடப்பக்கம் சாய்ந்த நிலை.

சிதம்பரம்

இடது காலுக்குப் பின்னதாக வலது கால் ஊன்றிய நிலை. உயர்த்திய கைகள்.

குடந்தை

வலது காலுக்குப் பின்னே இடது கால். குத்திட்ட நிலை வீசிய இரு கரங்கள்.

37. பரிகாலசைவு - வைஷாகரேசிதம்

வலது கால் குத்திட்டும், இடது காலைப் படிய ஊன்றியும் வலது கரம் கொடி (பதாகை) நளிநயத்துடனும் இடது கை மலர் தாமரை நளிநயத்துடனும் கை, கால், இடுப்பு, கழுத்து இவைகளையும் வளைத்தும் சுழன்றும் ஆடுவது.

சிற்பக்காட்சிகள் - தஞ்சை

இடைவெளியுடன் கூடிய கை, எதிர்முகக் கால்கள். மார்பில் வலது கை, தொங்கவிடப்பட்ட இடது கை. உடல் வலது பக்கம் சாய்ந்துள்ளது.

சிதம்பரம்

உயரத் தூக்கிய வலதுகால். மடித்து ஊன்றிய இடது கால். மார்பில் வைக்கப்பட்ட கைகள்.

குடந்தை

சிதம்பரம் சிற்பத்தை ஒத்துள்ளது.

38. வண்டாட்டு - பிரமரகம்

உடலை வளைத்து நின்று இடது கையை மார்பருகே வைத்து வலது கையை வீசி வளைந்த காலைத் தூக்கி இடது காலை ஊன்றிக் குறுக்கிடுகை போல் வைத்தாடுவது.

சிற்பக்காட்சிகள் - தஞ்சை

இடது காலுக்கு முன்னதாகக் குறுக்கிட்ட வலது கால். மடக்கப்பட்ட வலது கை. உயர்த்திய இடது கை. சமமாக உடலை வைத்திருக்கும் நிலை.

சிதம்பரம்

உடல் திரும்பிக் கால்கள் குறுக்கிட்ட நிலையில் உள்ளன.

குடந்தை

இடக்காலுக்கு முன்பாகக் குறுக்கிட்ட வலது கால் மார்பில் வலது கை இடது கை வீசப்பட்ட நிலை.

39. சதுரம் - சதுரம்

தோள் அருகே வலது கை வீசப்பெற்ற இடது கை. கால்களைச் சதுர நளிநயத்துடன் சாய்த்து வலது கை அசைய ஆடுவது.

சிற்பக்காட்சிகள் - தஞ்சை

மடித்துக் குத்திட்ட இரு கால் தோளருகே மடக்கிய நிலையில் வலது கை. இடை வரை மடக்கிய இடது கை.

சிதம்பரம்

மடங்கிக் குத்திட்ட கால்கள். தோளில் அரவத்தலை நளிநயத்துடன் வலது கை, இடைவரை வீசப்பட்ட இடது கை.

குடந்தை

சிதம்பரம் சிற்பம் போல் உள்ளது.

40. அரவோச்சு - புஜங்காஞ்சிதம்

அரவத்தை கண்டு ஓடுவது போல் கால்கள், வலது கையைத் தொங்கவிட்டும் இடது கையை வீசியும் ஆடுவது.

சிற்பக்காட்சிகள் - தஞ்சை

சற்றே மடித்த இடதுகால். இடது பக்கமாக உயர்த்திய வலதுகால். தொங்கிய நிலையில் வலது கை. வீசுகரமாக இடது கை. வலது பக்கமாக சாய்த்த தலை.

சிதம்பரம்

தஞ்சையை போன்ற கால் நிலை வலது கை தொங்கிய நிலை இடது கை வீசுகரம்.

குடந்தை

கால் அமைப்பு மேற்கூறியதை போன்றதே. வீசுகரமாக வலது கை, அரவத்தலை நளிநயத்துடன் இடதுகை.

41. கோலோச்சு - தண்டகரேசிதம்

கை, கால்களை நாற்புறமும் வீசி வலது காலைச் சற்று முன் வைத்து இடது காலை ஊன்றியும் வலது கால் உயர்த்தும்போது வலது கரமும் உயர்த்தி இடது கால் உயர்த்தும்போது இடது கையையும் உயர்த்தி ஆடுவது.

சிற்பக்காட்சிகள் - தஞ்சை

இடது தொடைக்குக் குறுக்காக வீசப்பெற்ற வலது கால் உயர்த்தப் பெற்ற கைகள்.

சிதம்பரம்

முழங்கால் மடித்து நீட்டப்பெற்ற வலது கால் வலது கை, வஞ்சிக்கொடி நளிநயம், இடது கை வீசுகரம் சற்றே சாய்ந்த தலை.

குடந்தை

பக்கவாட்டில் நீட்டிய வலது கால் வீசிய வலது கை, தலைவரை மடித்து உயர்த்திய இடது கை.

42. கொட்டுத்தேள் - விருச்சிக குட்டிதம்

தேளின் வால் கொடுக்கினைப் போல் வலது காலைப் பின்புறம் உயர்த்தி இடது காலை ஊன்றி வலது கை கொடி (பதாகை) நளிநயத்துடனும், இடது கையில் நண்டுப்பிடி நளிநயம் பிடித்து வலது கால் உயரும்போது இடது காலைத் தட்டி ஆடுதல் வேண்டும்.

சிற்பக்காட்சிகள் - தஞ்சை

பின்பக்கமாக உயர்த்திய வலது கால், ஊன்றிய இடது கால், மார்பில் கைகளை வைத்து விரல்கள் கீழ்நோக்கியதாகவும் வலது பக்கம் சாய்ந்த தலை.

சிதம்பரம்

பின் பக்கம் உயர்த்திய வலது கால் மார்பில் வலது கையை கொடி (பதாகம்) நளிநயத்தோடும், இடது கரம் நண்டுப்பிடி நளிநயத்தோடும் உள்ளது.

குடந்தை

சிதம்பரம் போன்றது.

43. இடை கொசிப்புச்சுழல் - கடிப்பிராந்தம்

முழங்காலை மேல் நோக்கியதாக்கி மார்பை உயர்த்தி இடுப்பை வளைத்து முன் நகர்ந்து ஆட வேண்டும். இடை சுழற்றும்போது கைகள் மாறி மாறி தலைக்கு மேல் வைத்திடல் வேண்டும்.

சிற்பக்காட்சிகள் - தஞ்சை

எதிர்முகமாகக் குத்திட்ட கால்கள். நளினமாக உயர்த்தப் பெற்ற இரு கைகள்.

சிதம்பரம்

இரு முழங்கால்களும் இடது பக்கம் நோக்கியும், வலது கரம் கொடி (பதாகை) நளிநயம் கொண்டும், இடது கரம் அரவத்தலை நளிநயத்தோடும் மார்பு மட்டத்தில் உள்ளன.

குடந்தை

எதிர்முகக் குத்திட்ட கால்கள். தோளுக்கு மேல் மலர் தாமரை நளிநயம் கொண்ட வலது கை. நண்டுப்பிடி நளிநயத்துடன் இடது கை.

44. தேள் இயக்கம் - இலதா விருச்சிகம்

இடது காலை ஊன்றி, வலது காலைத் தேள் வால் (கொடுக்கு) போல் பின்புறம் வளைத்து, இடது கையில் நண்டுபிடி நளிநயத்துடனும் வலது கையைக் கொடி (பதாகை) நளிநயத்துடனும் கொண்டு செய்வது.

சிற்பக்காட்சிகள் - தஞ்சை

பின்புறம் உயர்த்திய வலது கால். ஊன்றிய இடது கால் மார்பின் அருகே நண்டுப்பிடி நளிநயத்துடன் வலது கை. வீசிய இடது கை.

சிதம்பரம்

தஞ்சையைப் போன்றதே வலது கையில் மலர் தாமரை நளிநயம்.

குடந்தை

மேற்கூறியதைப் போன்றே மார்பில் உள்ள கரம் கொடி (பதாகை) நளிநயம் பிடித்துள்ளது.

கோ.வீரபாண்டியன் | 175

45. இயங்கிடை - சின்னம்

இரண்டு கால்களும் மடக்கி ஊன்றி நின்று, வலது கையில் மலர் தாமரை நளிநயத்துடன் இடுப்பில் வைத்து இடுப்பைச் சுழற்றி ஆடுவது. இடை சுழற்றும்போது கால்களை மாற்றி மாற்றித் தரையில் தட்ட வேண்டும்.

சிற்பக்காட்சிகள் - தஞ்சை

எதிர்முக இரு கால்கள். வலது தொடையின் மீது வைக்கப் பெற்ற வலது கை. தோளுக்கு மேலே உயர்த்தப் பெற்ற இடது கை.

சிதம்பரம்

தஞ்சையில் கூறியவாறு கால்கள் வலது இடது. இடுப்பில் வலது இடது கைகள்.

குடந்தை

சிதம்பரம் போன்றதே.

46. தேள் எழுச்சி - விருச்சிகரேசிதம்

காலை முன் கூறியதுபோல் தேள்வால் போல் அமைத்துக் கொண்டு குறுக்கிடாகப் பிடித்து, இரு பக்கமும் மாறி மாறி நீட்டி ஊன்றிய காலை மட்டும் பக்கவாட்டில் நகர்ந்து ஆடுவது.

சிற்பக்காட்சிகள் - தஞ்சை

பின்பக்கம் தேள்வால் போல் உயர்த்திய வலது கால் உயர்ந்து விரிந்த கைகள்.

சிதம்பரம்

தஞ்சையை ஒத்துள்ளது.

குடந்தை

மேற்கூறியவாறே.

47. தேளி - விருச்சிகம்

தோள், தலை இவற்றை முன் வளைக்கப்பட்டதாகவும், புட்டத்தை உயர்த்தி பின்புறம் நீட்டி உயர்த்திய வலது கால் கைகளை தோளுக்கு மேல் உயர்த்தி ஆடுவது.

சிற்பக்காட்சிகள் - தஞ்சை

வளைத்துயர்த்திய வலது கால். தோளுக்கு மேல் மடங்கிய நிலையில் கைகள்.

சிதம்பரம் - குடந்தை

தஞ்சையைப் போன்றதே.

48. அகல்நடம் - வயம்சிதம்

கால்களை அகற்றி வைத்து நின்று, கைகளை மார்பருகே மேலும் கீழுமாக இறக்கி ஏற்றி நடிப்பது.

சிற்பக்காட்சிகள் - தஞ்சை

வலது முழங்கால் மடிக்கப் பெற்று தரையிலிருந்து உயர்ந்துள்ளது. இடது கால் நேராக வலது காலுக்குப் பின்பும் உயர்ந்த கைகள்.

சிதம்பரம்

வலது கால் மடிக்கப்பட்டும், இடது கால் ஊன்றப்பட்டும் மார்பின் அருகில் கைகள் உள்ளன.

குடந்தை

இடது கால் மடிக்கப்பட்டும் வலது கால் ஊன்றியும் கைகள் மார்பின் குறுக்கிடப்பட்டுள்ளன.

49. சிறகு மொட்டு - பார்சுவநிகுட்டகம்

சற்றே பக்கமாகத் திரும்பி உயர்த்திய கைகள் நண்டுப்பிடி நளிநயத்துடன் கீழிறக்கி மார்புக்கு நேரே குறுக்கிடுதலாகக் காட்டி நடிப்பது.

சிற்பக்காட்சிகள் - தஞ்சை

எதிர் நிலை வலது காலுக்கு அருகில் குத்தி வைக்கப்பட்ட இடது கால். வலது பக்கமாக திரும்பிய உடல். மார்பில் குறுக்கிடு செயலாக கைகள்.

சிதம்பரம்

எதிர்முகச் சம கால்கள். மார்பில் குறுக்கிட்ட கைகள்.

குடந்தை

எதிர்முகச் சம கால்கள். மார்பில் குறுக்கிட்ட கைகள். இடது பக்கம் திரும்பிய நிலை.

50. பொட்டிடுகை - இலலாடதிலகம்

இடது காலை ஊன்றி, வலது காலை முன்புறமாக உயர்த்தி, இடது கையால் உயர்த்திய காலைப் பற்றி கால் கட்டை விரலால் நெற்றியில் பொட்டிடுவது.

சிற்பக்காட்சிகள் - தஞ்சை

நெற்றியை தொடுவகையில் உயர்த்திய இடது கால் குப்பிய கரங்கள் வலது பக்கம் சாய்ந்த உடல்.

சிதம்பரம்

பக்கவாட்டில் மடிக்காமல் உயர்ந்த வலது கால் இடது கை உயர்த்தி காலைப் பற்றியுள்ளது. வலது கை மார்பில் உள்ளது.

குடந்தை

கால்களின் அமைப்பு தஞ்சையைப் போன்றது. வலது கை வலது உயர்த்திய காலை பிடித்திருக்க இடது கை மார்பில் உள்ளது.

51. ஒருக்களிப்பு - கிராந்தகம்

பின்பக்கம் சாய்ந்து வளைந்த காலை முன்பக்கம் வீசிக் கால் பாதத்தை தட்டுவது.

சிற்பக்காட்சிகள் - தஞ்சை

இடது காலைக் குறுக்கிட்ட வலது கால். இடதுபுறம் திரும்பிய நிலையில் முழங்கால்கள். திரும்பிய இடை, கைகள் மார்பில் அமைந்துள்ளன.

சிதம்பரம்

வளைக்கப்பட்டு முன்புறம் வைக்கப்பட்ட இடது கால் இடதுபுறம் சாய்ந்து மார்பில் வைக்கப்பட்ட கைகள்.

52. நொசிப்பு - குஞ்சிதம்

வலது முழங்காலைத் தரையில் ஊன்றி, இடது காலை மடித்துக் குத்த வைத்து அதன் மீது இடது முழங்காலை மடித்து இருத்தி, அதே அளவில் வலது கையையும் கொண்டு காட்சி தருவது. முதலில் வலது கை காலை வளைத்தும் இடது காலை தூக்கி நிறுத்தியும் ஆடுவது.

சிற்பக்காட்சிகள் - தஞ்சை

எதிர்முக இரு கால்கள் மார்பில் வைக்கப்பட்ட வலது கை. தொடை மீது ஊன்றிய இடது கை.

சிதம்பரம்

முழங்கால் ஊன்றி, கழுகு இருக்கை போல் அமர்ந்த நிலை. மார்பில் இரு கரங்கள்.

குடந்தை

தஞ்சையைப் போல் கால்கள் மார்பில் இரு கரங்கள். வலது பக்கம் சாய்ந்த நிலை.

53. வளைப்பு - சக்கர மண்டலம்

குனிந்து கைகளை ஊன்றி, அதே அளவில் கால்களையும் மடக்கி ஊன்றி வயிறு மேல் நோக்கியவாறு சக்கரம் போல் ஆடுவது.

சிற்பக்காட்சிகள் - தஞ்சை

பின்புறம் நமக்குத் தெரியும்படி கால்களைக் குறுக்கிட்ட நிலையில் ஊன்றி இரு பக்கங்களிலும் தொங்கும் கைகள்.

சிதம்பரம்

பின்நோக்கி வளைந்த உடல். கால்களுக்கு இடையே முகம் தெளிவாகத் தெரிகின்றது.

குடந்தை

சிதம்பரத்தை ஒத்துள்ளது.

54. உரம்பெறுகை - உரோமண்டலம்

குறுக்கிட்ட கால்களைப் பிரித்துக் கைகளைச் சுழற்றி மார்பில் வைத்து பக்கவாட்டில் நகர்ந்து ஆடி, மார்பில் உள்ள கொடி (பதாகை) நளிநயத்தை மலர் தாமரையாகக் காட்டிட வேண்டும்.

சிற்பக்காட்சிகள் - தஞ்சை

எதிர்முகக் கால்கள். வயிற்றின் அருகே வைக்கப்பட்ட மலர் தாமரை நளிநயங்கள்.

சிதம்பரம்

எதிர்முக இரு கால்கள். மார்பில் கொடி (பதாகை) நளிநயக்கைகள்.

குடந்தை

வலது கால் முன்னும் இடது கால் பின்னும் எதிர்முகக் கால்கள் மார்பில் கொடி (பதாகை) நளிநயம்.

55. வீசுகால்கை - ஆக்ஷிப்தம்

வேகமாகக் கையும் காலும் வீசிக் காலை மடக்கி மேலே உயர்த்த வேண்டும். கைகள் தோள் அளவில் உயர்த்தி நண்டுபிடி நளிநயத்துடன் நடக்க வேண்டும்.

சிற்பக்காட்சிகள் - தஞ்சை

வலது காலுக்கு முன் குறுக்கிட்ட இடது கால் மார்பில் நண்டுப்பிடி நளிநயத்துடன் இடது கை தொடைகளை ஒட்டிய வலது கை, இடது பக்கமாகச் சாய்ந்த நிலை.

சிதம்பரம்

அமர்ந்த நிலை, கொடி (பதாகை) வலது கை முட்டியாக இடது கை.

குடந்தை

இடது பக்கம் வளைந்த உடல். தோள் உயரம் வீசப்பட்ட கைகள் வலது கால் தொடையுடன் ஒட்டி மடிந்த நிலை.

56. அங்கால் விளக்கம் - தலவிலஸிதம்

உள்ளங்கைகள் தெரிய மேல் உயர்த்திய கரங்கள் காலை உயர்த்தி இருக்க வேண்டும்.

சிற்பக்காட்சிகள் - தஞ்சை

எதிர்முகக் கால்கள். தோளுக்கு மேல் உயர்த்திய இரு கைகள் இடது பக்கம் சாய்ந்த நிலை.

சிதம்பரம்

தேள் வாலினைப் போல் பின்புறம் தூக்கிய வலது கால் தோளுக்கு மேல் மலர் தாமரை நளிநயத்துடன் கைகள்.

குடந்தை

சிதம்பரம் போன்றது.

57. தாப்பாள் - அர்கலம்

பக்கவாட்டில் கைகளை ஊன்றி கால்களை உயரத் தூக்கிக் கரணம் செய்வது. (நுனி விரல் தரையில் பதிந்து பின்புறமாகக் கரணம் செய்வது)

சிற்பக்காட்சிகள் - தஞ்சை

கால்கள் சற்றே தூக்கி மார்பில் வைக்கப்பட்ட வலது கை, தோள்வரை நீண்ட இடது கை.

சிதம்பரம்

கைகளைத் தரையில் பதித்து வளைந்த நிலை (கால்கள் உயர்த்தப்பட வில்லை)

குடந்தை

கைகளைத் தரையில் ஊன்றித் தலைகீழாக உடல். மடிந்த வலது கால், தூக்கப்பெற்ற இடது கால்.

58. ஒருமுகநடம் - விக்ஷிப்தம்

கை கால்களைப் பின்புறமாகவோ, பக்கவாட்டிலோ நீட்டி ஒரு காலை உயர்த்தி மீண்டும் சமநிலைக்கு வர வேண்டும்.

சிற்பக்காட்சிகள் - தஞ்சை

எதிர்முகக் கால்கள் தோள் வரை வீசப்பட்ட கரங்கள்.

சிதம்பரம்

பக்கவாட்டில் நீட்டிய வலது கால். மடியாத நிலையில் இடது கால். வலது கை வீசுகரமாகவும், இடது கை தொங்கிய கரமாகவும் உள்ளது.

குடந்தை

சிதம்பரம் போன்றது. வலது கை மார்பிலும், இடது கை தலையிலும் உள்ளது.

59. சுழலும் நடம் - ஆவர்தம்

எதிர்முக இடது காலை குத்த வைத்து வலது காலை நீட்டி பாடல் வரிகளுக்கு ஏற்றவாறு கைகளைத் திருப்பி ஆடுவது.

சிற்பக்காட்சிகள் - தஞ்சை

எதிர்முக நேரான இடது காலுக்கு அருகே குத்தி வைக்கப்பட்ட வலதுகால், வலது கை. தோளுக்கு மேலும் இடைவரை மடங்கிய நிலையில் இடது கை.

சிதம்பரம்

எதிர்முக நேரான இடது காலுக்கு அருகே குத்தி வைக்கப்பட்ட வலது கால். மார்பில் நிறுத்தப் பெற்ற இரு கைகள்.

குடந்தை

எதிர்முக நேரான இடது காலுக்கு அருகே குத்தி வைக்கப்பட்ட வலது கால். மார்பில் நிறுத்தப்பெற்ற இரு கைகள்.

60. அளவலாருதல் - டோலபாதம்

கால்களைத் தூக்கி ஒரு பக்கத்திலிருந்து அடுத்த பக்கத்திற்கு மாற்றி அதற்கேற்ப கைகளை வீசி அசைந்து ஆடுவது.

சிற்பக்காட்சிகள் - தஞ்சை

உயர்த்திய வலது கால். மார்பின் குறுக்கே இடது பக்கம் வீசப்பட்ட கைகள்.

சிதம்பரம்

எதிர்முக இடது கால். சற்றே தொலைவில் பதித்த வலது கால். தொங்கிய வலது கை. மார்பில் இடது கை.

குடந்தை

தஞ்சையை போல் கால் அமைப்பு இடது கை மார்பிலும் தலை மீது வலது கை.

61. திருப்பகம் - விவர்த்தம்

கைகளையும், கால்களையும் வளைத்து முதுகைத் திருப்பிக் கைகளை வீசி ஆடுவது.

சிற்பக்காட்சி - தஞ்சை

பின்புறம் காட்டி எதிர்முகக் கால்கள் தோளுக்கருகே கரங்கள். முகத்தை திருப்பி நம்மை நோக்குதல்.

62. இருப்புத்திருப்பு - வினிவிர்த்தம்

சுட்டு நளிநயம் பற்றி முதுகைத் திருப்பி ஆட அதே வேலையில் கைகளை உயர்த்தியும் தொங்கவிட்டும் ஆடுவது.

சிற்பக்காட்சிகள் - தஞ்சை

குத்திட்ட கால்கள் வலது கால், சற்று இடைவெளியுடன் உள்ளது. இடது பக்கம் உயர்ந்த இடை மார்பின் அருகே கொடி (பதாகை) கைகள்.

குடந்தை

அமர்ந்த நிலையில் தலையில் வைக்கப் பெற்ற இடது முழங்கால் மார்பில் இடது கை முழங்காலின் மீது வலது கை.

௬௩. பக்கவீச்சு - பார்சுவக்கிந்தம்

கால் மேலே வீசப்படும்போது நளினமாகக் கை கீழ் இறக்கப்படும். மற்றொரு கொடி (பதாகை) நளிநயமாக மார்பில் இருக்கும்படி மாறி மாறிச் செய்தல்.

சிற்பக்காட்சிகள் - தஞ்சை

அரவ நளிநயத்துடன் இடது பக்கம் நீட்டப் பெற்ற வலது கால். மார்பில் கைகள்.

குடந்தை

எதிர்முகக் கால்கள் வஞ்சிக் கொடி கரமாக வலது கை. மார்பில் வைக்கப்பெற்ற இடது கை.

64. நிலைப்பின்னம் - நிங்கம்பிதம்

தேள் எழுச்சிபோல் வலது காலை உயர்த்தி மார்பு மேல் நோக்கியும் உச்சியில் வலது கையும் நெற்றியில் இடது கையும் கொண்டு ஆடுவது.

சிற்பக்காட்சிகள் - தஞ்சை

சமமாக இரு கால்கள் வலது முழங்காலால் இடது பக்கம் திரும்பியுள்ளது. வலது கை தலையிலும் இடது கை முழங்கால் அருகிலும் உள்ளது.

சிதம்பரம்

பின்புறமாக உயர்த்தப் பெற்ற வலது கால், வலது கை, நெற்றி அருகிலும் இடது கை மார்பிலும் உள்ளது.

குடந்தை

சிதம்பரம் போன்றது.

65. மின்னேர்பு - பித்யுதபிராந்தம்

வலது காலைத் தேள் எழுச்சிபோல் பின்பக்கம் உயர்த்தி இரு கைகளையும் உடலையும் சுழற்றி ஆடுவது.

சிற்பக்காட்சிகள் - தஞ்சை

தலையைத் தொடும் வகையில் பின்னோக்கி உயர்ந்த வலது கால், தோள் வரை உயர்த்திய கைகள் வலப்புறம் சாய்ந்த நிலை.

சிதம்பரம்

நேராக உயர்த்திய வலது கால். வீசிய வலது கை, வஞ்சிக் கொடி நளிநயத்துடன் இடது கை.

குடந்தை

தஞ்சையைப் போல் உயர்த்த பெற்ற கால். கைகள் மார்பில் உள்ளன.

66. விரிவியக்கம் - அதிக்ராந்தம்

கால்களை விரித்துப் பின்னோக்கிச் சாய்ந்து கைகளைத் தரையில் ஊன்றி பின் எழுந்து முன்புறம் சென்று ஆடலுக்கேற்றவாறு கைகளை அமைத்து ஆடுவது.

சிற்பக்காட்சிகள் - தஞ்சை

அதிக இடைவெளியுடன் குறுக்கிட்ட கால்கள் வீசிய வலது கை தொங்கிய இடது கை.

சிதம்பரம்

எதிர்முக இரு கால்கள். வீசிய வலது. கை தொங்கிய இடது கை.

67. முடுகாட்சி – விவர்திதம்

கை, கால்களை வளைத்துக் கொண்டு இடுப்பைத் திருப்பி ஆடி, இடது கையைத் தொங்கவிட்டும் மீண்டும் மீண்டும் ஆடுவது.

சிற்பக்காட்சிகள் - தஞ்சை

வலது காலுக்கு முன்பாக குறுக்கிட்ட இடது கால் மடக்கி, மார்பருகே வைக்கப்பட்ட வலது கை. வீசிய இடது கை இடது பக்கம் சாய்ந்த நிலை.

சிதம்பரம்

அமர்ந்த நிலை. மார்பில் வலது கை. தொங்கவிட்ட இடது கை.

குடந்தை

கால்கள் மடித்து அமர்ந்த நிலை. மார்பில் வலது கை, வலது பாதத்தின் மீது ஊன்றப்பெற்ற இடது கை.

৫৪. களிறாடல் - கஜக்ரீடிதம்

இடது கையைக் காதருகில் வைத்து, வலது கையைத் தொங்கவிட்டும் பாதங்கள் ஊசல் அமைப்பினை கொண்டதாக ஆடுவது.

சிற்பக்காட்சிகள் - தஞ்சை

மேலே தூக்கப் பெற்ற இடது கால் நன்கு ஊன்றிய இடது கால், தொடை நிலையில் வலது கை, காது அருகே இடது கை.

சிதம்பரம்

ஊன்றிய வலது கால். ஊன்றிய இடது காலின் பாதம் எதிர் முகமாக திரும்பியுள்ளது. தொங்கிய வலது கை. காதருகே இடது கை.

குடந்தை

சிதம்பரம் போன்றது.

69. கொட்டாடல் - தல ஸம்ஸ்போடிதம்

காலைத் தூக்கி முன் வைத்து வேகமாக மேலெழுந்து முன்புறம் நீட்டித் தட்டுதல் வேண்டும். அப்போது கைகளையும் தட்டிக் கொண்டு நகர்ந்தாட வேண்டும்.

சிற்பக்காட்சிகள் - தஞ்சை

சற்றே மடிந்த வலது கால் நீட்டி வலப்புறம் நோக்கும் இடதுகால், வலது புறம் திருப்பிய மார்பின் அருகே தட்டும் கரங்கள்.

சிதம்பரம்

எதிர்நிலை கால்கள் மார்பின் மையத்தில் தட்டும் வகையில் இணைந்த கைகள்.

குடந்தை

சிதம்பரம் போன்றதே.

70. கலுழவியக்கம் - கருடப்பதகம்

தேளைப் போல் பின்புறம் உயர்த்தி நீட்டப்பட்ட காலும், கைகளை மேல் தூக்கிய நிலையிலும் சாய்ந்த தலையுடன் பக்கவாட்டில் தத்தி தத்தி நகர்ந்தாடுவது.

சிற்பக்காட்சிகள் - தஞ்சை

பின்னே தூக்கப் பெற்ற இடது கால் பறப்பதுபோல் உயர்த்தப் பெற்ற இரு கைகள்.

சிதம்பரம்

பின்புறம் தூக்கிய வலது கால். தொங்கிய வலது கை வீசிய இடது கை.

குடந்தை

சிதம்பரம் போன்ற கால் வடிவம் வீசும் இரு கரங்கள்.

71. கன்னளி - கண்டசூசி

கால்களைச் சுட்டுபாதமாகக் கொண்டு சற்றே வளைந்ததாக வைத்து, ஒரு கையினை மார்பில் வைத்து மற்றொரு கையினைக் கழுத்தைச் சுட்டும் விதமாகும்.

சிற்பக்காட்சிகள் - தஞ்சை

எதிர்முகக் கால்கள். கன்னத்தருகே சுட்டும் வலது கை மார்பில் இடது கை வலது பக்கம் சாய்ந்த நிலை.

சிதம்பரம்

குறுக்கிட்ட கால்கள். மார்பில் வைக்கப்பட்டுள்ள கைகள்.

குடந்தை

சற்றே குந்திய நிலையில் தலைவரை உயர்த்தப் பெற்ற வலது கால் இடது கை மார்பிலும் வலது கை கன்னத்தின் அருகிலும் உள்ளன.

72. பரிப்பாடல் - பரிவிர்தகம்

கைகளைத் தலைக்குமேல் உயர்த்திக் கால் பாதங்களால் நின்று இடுப்பிலிருந்து தோள் வரை சுழற்றி ஆடுவது.

சிற்பக்காட்சி - தஞ்சை

பின்புற நிலை இடதுகால் நேர் நின்று வலது கால் குத்திட்ட நிலை. தலையை வலதுபுறம் திருப்பித் தோளுக்கு மேல் மடக்கப் பெற்ற கைகள்.

73. பக்கமுழங்கால் - பார்சுவஜானு

ஒரு காலை நேரே வைத்து, மற்றொரு காலைத் தொடையின் பின்னாக அமைத்து, கைகளை மார்பில் வைத்து பக்கவாட்டில் நகர்ந்து ஆடுவது.

சிற்பக்காட்சிகள் - தஞ்சை

எதிர்முகக் கால்கள் இடது கால் தரையை விட்டுச் சற்று மேலெழும்பி யுள்ளது. மார்புக்கு அருகில் வலது கை தொங்கிய நிலையில் இடது கை.

சிதம்பரம்

வலதுபுறம் மடக்கி உயர்ந்த வலது கால் எதிர்முக இடது கால். வலது கை வலது முழங்காலைச் சுற்றியுள்ளது. வீசிய இடது கை.

குடந்தை

கால் அமைப்பு சிதம்பரம் போன்றது. வலது கை மார்பிலும், இடது கை தொங்கவிட்டும் உள்ளது.

74. கழுகியக்கம் - கிருத்ராவலினகம்

பின்புறம் மடக்கி நீட்டிய இடது காலும், முன்புறம் மடித்து ஊன்றப்பட்ட வலது காலும் கைகளை வீசி ஆடுவது (கருட வாகனம் போன்று)

சிற்பக்காட்சிகள் - தஞ்சை

இடது பக்கம் நோக்கிய குத்திட்ட வலது கால், இடைவெளியுடன் நேராக இடதுகால் வீசியதாகக் கைகள்.

சிதம்பரம்

வலப்புறம் உயர்த்தப் பெற்ற இடது கால். நளினமான வலது கால் வீசிய கரங்கள்.

குடந்தை

அமர்ந்து வளைந்து தூக்கிய இடதுகால். வீசிய இரு கரங்கள்.

75. துள்ளல் கொட்டு - சன்னதம்

துள்ளிக் குதிக்கும் நிலையில் கால்களைக் குறுக்கிடாக வைத்துக் கைகளைத் தட்டி ஆடுதல்.

சிற்பக்காட்சிகள் - தஞ்சை

இடது காலுக்கு முன் வலது காலைக் குறுக்கே வைத்து உள்ளது. மார் மீது ஒன்றன்மேல் ஒன்றாக வைக்கப்பட்ட கைகள்.

சிதம்பரம்

தஞ்சையைப் போன்றதே.

76. நுனை - சூசி

இரு கால்களையும் தரையில் வைத்துப் பக்கவாட்டில் நகர்ந்தும் அசைந்தும் ஆடலுக்கேற்றவாறு கைகளை அமைத்து ஆடுவது.

சிற்பக்காட்சிகள் - தஞ்சை

வளைத்து வைக்கப்பட்ட எதிர்முகக் கால்கள். நீட்டி வீசப்பெற்ற கைகள்.

சிதம்பரம்

விரல் நுனிகள மட்டும் ஊன்றப்பட்ட எதிர்முகக் கால்கள் மார்பில் கைகள்.

குடந்தை

கிடந்த நிலை தலையைத் தொடும் இடது கால் மார்பில் இடது கை. வலது காலை பிடித்த நிலையில் வலது கை.

77. நுனைக்குறிப்பு - அர்தசூசி

வலது கையை மலர் தாமரை நளிநயத்துடன் தலையின் மேல் கொண்டு வலது காலைச் சுட்டுநளிநயத்துடன் ஆடுவது.

சிற்பக்காட்சிகள் - தஞ்சை

எதிர்முக இடது காலுக்கருகே சுட்டும் விதத்தில் வலது கால் வலது கை தலைக்கு மேல் உள்ளது. இடது கை வலது தொடையில் உள்ளது.

சிதம்பரம்

சுட்டும் வலது கால் எதிர்முக இடது கால். வலது கை தலையருகே. இடது கை மார்பில் உள்ளது.

குடந்தை

அமர்ந்த நிலை தலைவரை தூக்கப்பெற்ற வலதுகால் உடலோடு மடிந்த இடது கால். வலது கை தலையிலும் இடது கை மார்பிலும் உள்ளது.

78. நுனைப்பு - சூசிவித்தம்

விரல் நுனியில் நின்று ஒரு காலை இடுப்பிலும் மற்றொரு காலை மார்பிலும் இருத்தி நின்றாடுவது.

சிற்பக்காட்சிகள் - தஞ்சை

மடங்கிய நிலையில் இடதுகால். அதன் அருகே வளைந்த வலது கால். வலது கை தொடை மீதும் இடது கை மார் மீதுமாக அமைக்கப்பட்டுள்ளது.

சிதம்பரம்

கால் விரல் நுனிகளில் நின்று இடது காலுக்கு முன் குத்திட்ட வலது காலை வலது கை தொடையின் மீதும் இடது கை மார்பிலும் உள்ளது.

குடந்தை

குறுக்கிட்ட கால்கள் சிதம்பரம் போன்றே கை நிலைகள்.

79. திரிகுறங்கு - அபக்ராந்தம்

இடது பக்கம் குத்தப் பெற்றதாகத் தொடைகளை நளிநயமாக வளைத்து வளைந்த காலைத் தூக்கிப் பக்கவாட்டில் இருத்தி ஆடல் நிலைக்கு ஏற்றவாறு கைகளை அசைத்தல் வேண்டும்.

சிற்பக்காட்சிகள் - தஞ்சை

இடையைத் திருப்பி இடது பக்கம் சற்றே இடைவெளியுடன் கால்கள், வீசப்பட்ட கைகள், இடது பக்கம் சாய்ந்த தலை.

சிதம்பரம்

எதிர் நிலை இடது காலுக்கு அருகே குத்தப்பெற்ற வலது கால், தொங்கிய வலது கை, மார்பில் இடது கை.

குடந்தை

எதிர்முக இரு கால்கள். தொங்கவிட்ட நிலையில் வலது கை. மார்பில் இடது கை.

80. மயில்நடம் - மயூரலலிதம்

தேள் கொடுக்குபோல் வலது காலைப் பின் உயர்த்தி கைகளை வீசியதாக கொண்டு சுழன்றாடுவது.

சிற்பக்காட்சிகள் - தஞ்சை

தேளியைப் போல் பின் உயர்த்தப் பெற்ற வலது கால் எதிர்முக இடது கால் தலைவரை உயர்த்தி வீசப்பெற்ற மலர் தாமரை கரங்கள்.

சிதம்பரம்

கால்கள் கைகள் தஞ்சையைப் போன்றும் இடை சற்றே திரும்பிய நிலையிலும் அமைக்கப்பட்டுள்ளது.

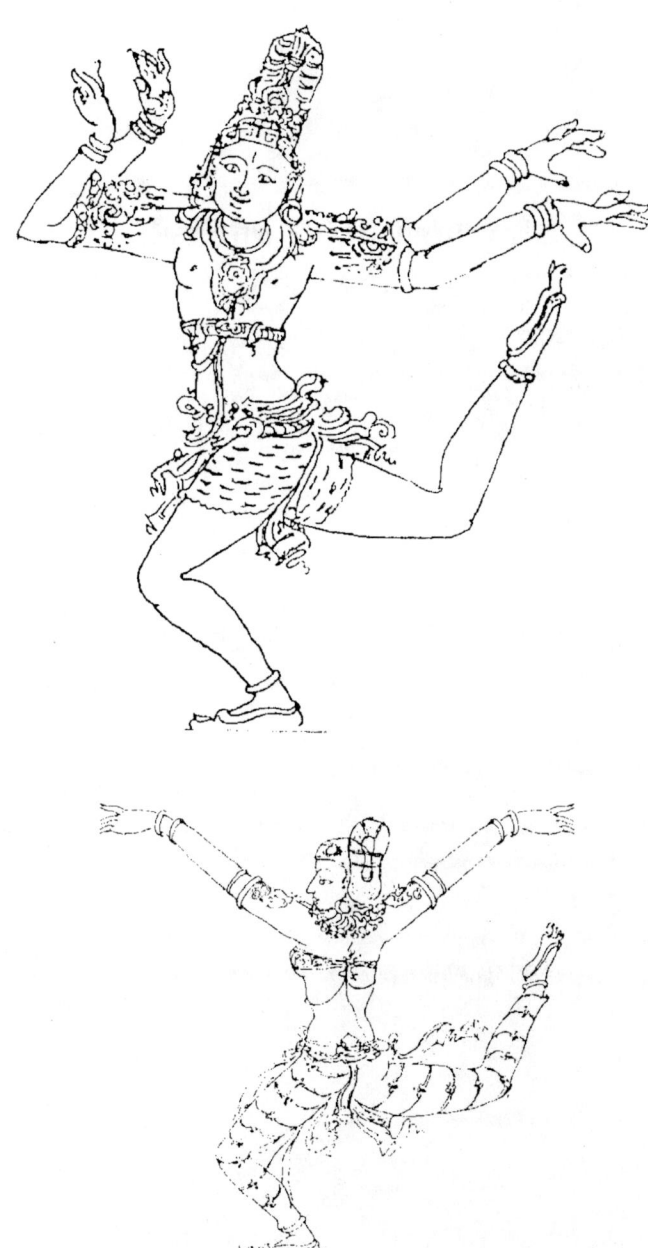

81. அரவியல் - சர்பிதம்

வளைந்து வீசிய கால்களுடன் கைகளை வீசிய நிலையில் அமைத்துத் தலையை சாய்த்து கால்களை தரையின் மீது நழுவச் செய்து முன் நகர்ந்து ஆடுவது.

சிற்பக்காட்சிகள் - தஞ்சை

எதிர்முகக் கால்கள் தொடைக்கு மேலே நீட்டப்பெற்ற வலது கை. தோளருகில் உயர்த்தித் தலையைத் தொடும் வகையில் இடது கை.

சிதம்பரம்

எதிர்முகக் கால்கள் வீசிய வலது கை, தொங்க விடப்பட்ட இடது கை.

82. ஓங்குகால் - தண்டபாதம்

கோல் போல் வலது காலைப் பக்கவாட்டில் தூக்கி இடது கால் நுனியில் நின்று இடது காலை உயர்த்தி, வலது காலைத் தொங்கவிட்டும் பின்கால்களை இறக்கியும் செய்தல் வேண்டும்.

சிற்பக்காட்சி - குடந்தை

வலது கால், வளைத்து ஊன்றி, இடது கால் நீட்டித் தோளுக்கு மேல் உயர்த்தப் பெற்ற கரங்கள்.

83. துள்ளுமான் - ஹரிணப்லுதம்

வலது காலை நீட்டி இடது காலை மடித்து வலது முழங்காலில் வைத்துக் கைகளை வீசி ஆடுவது.

சிற்பக்காட்சி - சிதம்பரம்

இது காலுக்கருகே ஊன்றப்பெற்ற வலது கால் வீசிய இடது கை. தும்பிக்கையாய் வலது கை.

84. துள்ளலியக்கு - பிரேமசோலிதம்

கால்களை வளைய வைத்துக் கொண்டு பக்கத்திற்குப் பக்கம் தாவிக் குதித்துக் கைகளை மத்தளக் கரமாகக் கொண்டு ஆடுவது.

சிற்பக்காட்சிகள் - தஞ்சை

விரல் நுனிகள் மட்டும் ஊன்றிய கால்கள். வலது கை தும்பிக்கையாகவும், இடது கை மார்பிலும் உள்ளது.

குடந்தை

ஒரு பக்கம் நோக்கிய மடிந்த கால்கள் வீசிய வலது கை, மார்பில் இடது கை.

85. நுசுப்பு - நிதம்பம்

கைகளை மேலுயர்த்தி விரல்கள் எதிர்முகமாக வைத்து மீண்டும் கைகளைத் தோளுக்கருகிலும் புட்டத்தின் அருகிலும் மாறி மாறி ஆட்டி ஆடுதல்.

சிற்பக்காட்சிகள் - சிதம்பரம்

குறுக்கிட்ட கால்கள் மத்தள கரமாகத் தொங்க விடப்பட்ட கரங்கள்.

குடந்தை

வலதுபுறம் மடிக்கப்பட்ட கால்கள் தோளில் வலது கை, மார்பில் இடது கை.

86. நழுவகற்சி - ஸ்கலிதம்

ஊசல் போல் கால்களை அசையச் செய்து அதற்கேற்பக் கைகளை நீட்டியோ, சுழற்றியோ வீசியோ ஆடுவது.

சிற்பக் காட்சி

ஏதும் இல்லை.

87. துதிக்கை - கரிஹஸ்தம்

ஒரு கை மார்பிலும், மற்றொரு கை மேல் உயர்த்திச் சுழற்றியும், வலது காலைச் சாய்த்து ஊன்றி இடது காலை மடக்கியும் ஆடுவது.

சிற்பக்காட்சிகள் - சிதம்பரம்

காதுக்கருகே இடது கரம் வலது வீசுகரம் குறுக்கிட்ட கால்கள்.

குடந்தை

குறுக்கிட்ட கால்கள். வலது கரம் தலைவரை உயர்த்தியும் இடதுகரம் மார்பிலும் உள்ளது.

88. ஊர்பு - பிரஸர்ப்பிதம்

கால்களை மென்மையாக எடுத்து வைத்து ஒரு கை வீசுகரமாகவும், மற்றொரு கை வஞ்சிக்கொடி நளிநயம் பற்றியும் மென்மையாகத் தரையை தட்டி முன் நடந்து ஆடுவது.

சிற்பக் காட்சி

ஏதும் இல்லை.

89. அரியாடல் - சிம்மவிக்ரீடிதம்

கைகளைச் சீற்றம் கொண்ட சிங்கம்போல் காட்டி வட்டமாகச் சுழன்றாடுதல். இதனை மிக விரைவாகச் செய்தல் வேண்டும்.

சிற்பக் காட்சி

ஏதும் இல்லை.

൯0. அரியாடல் - சிங்ககர்க்ஷீகம்

கால் பின்புறம் உயர்த்தி நீட்டியும் கைகளை அவ்வாறே வளைந்ததாகவும் மாற்றி மாற்றி ஆடுவது. (சிங்கம் பாய்வது போல).

சிற்பக்காட்சி - தஞ்சை

உயர்த்திய வலதுகால். வீசிய வலது கை, வஞ்சிக்கொடி நளிநயத்துடன் இடதுகை. (சிலர் இது வேறு வகை கரணம் என்பர்).

கோ.வீரபாண்டியன் | 267

91. நிருகு நடம் - உத்ருத்தம்

உடலைத் திருப்பியும் வலது கை வீசியதாகவும் இடது கையை மார்பிலும் கொண்டு இடுப்பு உடல் முதலியவற்றைத் திருப்பித் திருப்பி ஆடுவது.

சிற்பக்காட்சிகள் - தஞ்சை

இடையை மடித்து வலப்புறம் திரும்பிய பின்புற நிலை.

குடந்தை

பின்புற நிலை எதிர்முகக் கால்கள், கைகள் ஒன்றாக முன்புறம் இருப்பதால் அது எந்த நளிநயத்தை கொண்டுள்ளது என்பதை அறிய முடியவில்லை.

92. சார்பியல் - உபசிருதகம்

காலை வளைத்துத் தூக்கி மற்றொரு காலின் முன் இருத்தி உடலை நன்கு திருப்பி அதற்கேற்றவாறு கைகளை அமைப்பது.

சிற்பக்காட்சிகள் - சிதம்பரம்

குறுக்கிடப்பட்ட கால்கள். தொங்கிய கைகள்.

குடந்தை

குறுக்கிட்ட கால்கள். மார்பில் வலதுகரம் - இடது கரம் தொங்கிய நிலை.

௯௩. தட்டொட்டு - தலஸங்கட்டிதம்

கால்களை மடித்து ஊன்றி ஊசல் இயக்கமாகச் செய்தல் கைத்தலமிரண்டையும் இணைத்து பின் இடது கையை வீசி ஆடுவது.

சிற்பக் காட்சி - குடந்தை

எதிர்முகக் கால்கள். மார்பில் கரங்கள்.

94. தோற்றம் - ஜநிதம்

ஒரு கரத்தை மார்பில் வைத்தும் மற்றொரு கரத்தைத் தொங்கவிட்டும் கால் விரல் நுனியில் நின்றும் நகர்ந்தும் ஆடுவது.

சிற்பக்காட்சி - தஞ்சை

விரல் நுனியில் நின்று மடிந்த கால்கள். மார்பில் இடது கரம், தொங்கிய நிலையில் வலது கரம்.

95. நெகிழாக்கம் - அவஹித்தம்

முன்கூறிய தோற்றம் போன்று நளிநயம் செய்து, கைகளை எதிர் எதிர் விரல்களாக கொண்டு மென்மையாகக் கால்களை முன்னும் கொண்டு ஆடுவது.

சிற்பக் காட்சி - சிதம்பரம்

எதிர்முகக் கால்கள் மார்பருகே ஒன்றன் மீது ஒன்றாக வைக்கப்பட்ட கைகள்.

குடந்தை

சிதம்பரம் போன்றதே.

96. உருக்காட்சி - நிவேசம்

மார்பை உயர்த்திக் கைகளை மார்புக்கு நேரே வைத்துக் கால்களை எதிர்முக நிலையில் வைத்து ஆடுவது.

சிற்பக் காட்சி - சிதம்பரம்

எதிர்முகக் கால்கள் மார்பில் வைக்கப்பட்ட கைகள்.

குடந்தை

சிதம்பரம் போன்றதே.

97. மறியாடல் - ஏலசாக்ரீடிதம்

வளைந்த உடலமைப்போடு கால் பாதங்களால் திரும்பத் திரும்பத் துள்ளி விழுந்து ஆடுவது.

சிற்பக்காட்சி - சிதம்பரம்

இடது பக்கம் நீட்டப்பெற்ற வலது கால். வீசிய இடது கை, தொங்கிய வலது கை. சாய்ந்த தலை.

98. குறங்காட்சி – ஊருத்விருத்தம்

கையைத் திருப்பித் தொடையின் பின்னே வைத்து முழங்காலை வளைத்து ஆடுவது. குறுக்கிட்ட துடைகளை ஒன்றன் பின் ஒன்றாக வைத்தோ சுழற்றியோ ஆடுதல் வேண்டும்.

சிற்பக் காட்சிகள் - சிதம்பரம்

இடது பக்கம் இரு கால்கள். இடுப்பில் வலதுகரம், தொங்கிய இடது கரம்.

குடந்தை

குறுக்கிட்ட தொடைகள் தலை வரை உயர்த்தப் பெற்ற இரு கரங்கள்.

99. மயக்கு - மதங்கலிதம்

கை, கால்களை மத்தள நளிநயம் கொண்டு தலையைச் சாய்த்து ஆடுவது.

சிற்பக்காட்சிகள் - சிதம்பரம்

குறுக்கிட்ட கால்கள். மார்பருகே வைக்கப்பெற்ற கரங்கள்.

குடந்தை

குறுக்கிட்ட கால்கள். இடது பக்கம் திரும்பிய நிலையில் உடல். இடது பக்கமாகத் தொங்க விடப்பட்ட கரங்கள்.

100. மாலடி - விஷ்ணுக்கிராந்தம்

காலை முன்புறம் உயர்த்தி வானத்தை சுட்டுவது, கைகளை வீசி ஆடுவது. கால்கள் மாறி மாறி முன் உயர்த்தி ஆட வேண்டும்.

சிற்பக் காட்சி - சிதம்பரம்

ஊன்றிய வலது கால். வீசிய இடது கை, கொடி (பதாகை) நளிநயத்துடன் வலது கை.

குடந்தை

வலது புறமாக உயர்த்தப்பட்டு வலது கால் மார்பில் இரு கைகள்.

101. கலப்பகம் - சம்ப்ராந்தம்

கைகளை மடக்கி இடுப்பின் பின்புறமாகவும் நேராகவும் வைத்துக் கொண்டு தொடைகளையும் அவ்வாறே வளைய வைத்து ஆடுவது.

சிற்பக் காட்சி

ஏதும் இல்லை.

102. நிலைப்பு - விஷ்கம்பம்

குறுக்கிட்ட கால்களுடன் இடது கையை மார்பில் வைத்தும் வலது காலை இடுப்பில் வைத்தும் ஆடுவது.

சிற்பக் காட்சிகள் - சிதம்பரம்

குறுக்கிட்ட கால்கள், மார்பில் கைகள்.

குடந்தை

குறுக்கிட்ட கால்கள், இடுப்பில் வலது கை. மார்பில் இடது கை.

103. அடியொட்டாடல் - உத்கட்டிதம்

கால்களையும் கைகளையும் இரு பக்கமும் மாற்றி மாற்றி நடுப்பக்கம் வளைந்து நின்று ஆடுவது.

சிற்பக்காட்சி - தஞ்சை

எதிர்முகக் கால்கள், மார்பில் கரங்கள்.

104. காளையாட்டு - விருஷபக்கீரீடிதம்

கால்களை வளைய வைத்து கைகளைப் பக்கவாட்டில் வீசி ஆடுவது.

சிற்பக்காட்சி - குடந்தை

நேரான வலது கால் முழங்கால் மடக்கிய நிலையில் பாதம் உயர்த்த இடது கால் மார்பில் இரு கைகள்.

105. எழிற்கழல் - லோலிதம்

இரு கரங்களையும் சேர்த்து மலர்ந்த தாமரைபோல் மார்பருகே பிடித்துக் கால்களைக் குறுக்கிட்டதாகக் கொண்டு உடலை மெல்லச் சுழற்றி ஆடுதல்.

சிற்பக்காட்சி - சிதம்பரம்

குறுக்கிட்ட இரு கால்கள் மார்பில் இணைக்கப்பட்ட கைகள் (இக்காட்சி இது இல்லை என சிலர் கூறுவர்).

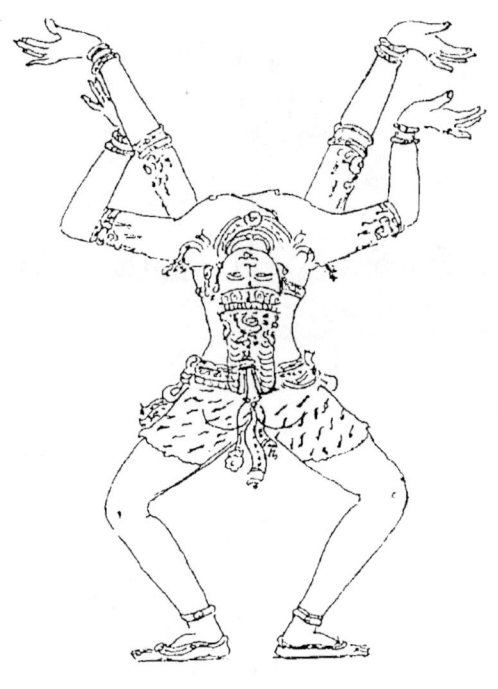

106. அரவெழுச்சி - நாக ஸர்பிதம்

குறுக்கிட்ட கால்களைப் பிரித்து தலையை அசைத்து எழிலார்ந்த நிலையில் ஆடுவது.

சிற்பக்காட்சி - சிதம்பரம்

குடந்தையில் உள்ள அமர்ந்த நிலை அர்த சூசிபோல் உள்ளது. அராவழுச்சிக்கு பொருந்த இச்சிற்பம் இல்லை என்பர்.

107. உருளி - சகடாஸ்யம்

கை, உடல், கால் இவற்றை இணைத்து வண்டிச் சக்கரம் போல் காட்சி அளிப்பது.

சிற்பக் காட்சிகள் - சிதம்பரம்

வளைந்த நிலையில் நெற்றியில் படும் இரு பாதவிரல்கள். இடது கை வலது கால்களையும் வலது கை இடது கால்களையும் பற்றியுள்ளது.

குடந்தை

சிதம்பரத்தைப் போன்றது.

108. பூவருகங்கை - கங்காவர்ணம்

உடலைப் பின்புறம் வளைத்து இரு கைகளையும் தரையில் ஊன்றி கால்களை இடை வரை தூக்கி ஆடுவது. உடன் தலையையும் அசைத்தல் வேண்டும்.

சிற்பக்காட்சி - சிதம்பரம்

பின்னோக்கிய மேல் உயர்த்தப்பட்ட கை கால்கள்.

குடந்தை

முழங்கைகள், மார்பு தரையில் படப் பின்னோக்கி மேல் தூக்கப்பெற்ற கால்கள் சாய்ந்த தலை.

இதுவரை நாம் கண்ட ஆடலியக்கங்கள் யாவும் கற்போருக்கே!

இறைவன் ஆடியதாக கூறப்படும் 7 வகை தாண்டவங்களும் அல்லது 10 வகை தாண்டவங்களும் மட்டுமே நாட்டியக் கலை அறிந்தவர்கள் செய்யும் ஆடல் வகைகளாகும். அவ்வகை தாண்டவங்களை ஆட முன்கூறிய 108 கரணங்கள் கற்பது மிக அவசியமாகும்.

இதுவரை காட்டப்பெற்ற 108 ஆடலியக்கங்கள் வடமொழிப் பாடல் வழி வரையப் பெற்றுள்ளது. தஞ்சை, சிதம்பரம், குடந்தை சிற்பங்களோடு ஒப்பிடுகையில் பல்வேறு மாறுபாடுகள் தோன்றும். ஏற்கனவே நான் குறிப்பிட்டபடி ஒரு நாட்டியத்தில் பல ஆயிரக்கணக்கான நளிநயங்கள் காட்டப் பெருகின்றன. அதில் சிலவே இது. எனவே பல்வேறு சிற்பிகளுக்கும், ஓவியர்களுக்கும் வேறுபட்ட நிலையை மேற்கொண்டு படிப்பதனால் இந்த நிலை ஏற்படுகிறது.

இருப்பினும் இந்த காட்சி இப்படித்தான் இருக்க வேண்டும் என உறுதியாக நம்புவோர் என்னை மன்னிக்க வேண்டுகிறேன்.

மேலும் இந்த 108 கரணங்களும் தலை, முகம், கழுத்து, உடல், கை, கால் நளிநயங்களை தனித்தனியே கூறியதுபோல் மொத்த உடலசைவின் போது ஏற்படும் 108 வித நளிநயங்களாகவே பார்க்கத் தோன்றுகிறது.

கரணங்கள் சிவனால் ஆடப்பட்டது என்பார் பலர். எனவே இக்கோட்டோவியங்கள் சிவனார் நான்கு கரத்துடன் ஆடுவதாகவே காட்டி யுள்ளேன். ஆனால் இறைவன் தாங்கும் மான், மழு, அனல் போன்ற படைகளைத் தவிர்த்துள்ளேன்.

உடன் பெண்கள் இரண்டு கரங்களுடன் ஆடுவது போலவும் காட்டியுள்ளேன். ஆண் ஆடுவதற்கும் பெண் ஆடுவதற்கும் நிறைய வேறுபாடுகள் உண்டு. அதனை இப்படங்கள் மூலம் அறியலாம். பாடல் களின்படி (ஸ்லோகங்கள்) வேறு சில கோணங்களிலும் படங்கள் எழுத இயலும் என்றாலும் விரிவஞ்சித் தவிர்க்கிறேன்.

எழுவகை தாண்டவங்கள்

இறைவனின் திருவாடல்கள் ஐந்தொழிலை (பஞ்ச கிருத்யம்)த் தனித்தனியே காட்டுவதாகவும் ஆனந்தத் தாண்டவம் எனப்படும் ஆடலில் ஐந்தொழிலையும் ஒரு சேர செய்து காட்டுவதாகவும் நம்முடைய முன்னோர்கள் கூறுவர். அந்த வகையில்,

காளிகா தாண்டவம் ஆக்கல் தொழிலையும்

சந்தியா தாண்டவம் காத்தல் தொழிலையும்

சங்கார தாண்டவம் அழித்தல் தொழிலையும்

திரிபுர தாண்டவம் மறைத்தல் தொழிலையும்

ஊர்த்துவ (உமா) தாண்டவம் அருளல் தொழிலையும் செய்வதாகவும்கூறுவர்.

ஆனால் சிற்ப புலமை நூல்களில் இந்த 7 வகை தாண்டவத்தை வரிசைப்படுத்தும்போது முதலில்

1. ஆனந்தத் தாண்டவம்
2. சந்தியா தாண்டவம்

3. உமா தாண்டவம்

4. கௌரி தாண்டவம்

5. காளிகா தாண்டவம்

6. திரிபுர தாண்டவம்

7. சம்கார தாண்டவம்

என வரிசைப்படுத்துகின்றன.

எழுவகை தாண்டவங்களின் சிற்ப புலமங்களின் அடிப்படையில் இங்கு ஓவியங்கள் வரையப்பட்டுள்ளன. மெய்ம்மக் கருத்துகளை அன்பர்கள் பிற நூல்கள் மூலம் தெளிவுபடுத்திக் கொள்ள வேண்டுகிறேன்.

1. ஆனந்தத் தாண்டவம்

சைவ சமயத்தில் மிக முக்கியமான ஆடல் வகைகளில் ஆனந்தத் தாண்டவம் என்பது உலகறிந்ததே. இந்நாட்டியக் காட்சி (அம்பலம்) இல்லாத சைவக்கோயில் இருக்கவே முடியாது.

உலகின் அனைத்து கலை வியப்பாளர்களின் கவனத்தை ஈர்த்த அரிய நாட்டியச் சிற்பம் இதுவே ஆகும். இறைவன் ஐந்தொழில்களைச் செய்கிறான். அவ்வைந்து தொழில்களும் ஒரே நாட்டியக் காட்சியில் தெரிவிக்கும் நாட்டிய சிற்பம் இது ஒன்றேயாகும். இறைவனின் ஆக்கல், காத்தல், அழித்தல், மறைத்தல், அருளல் ஆகிய ஐந்தொழிலும் ஒருங்கே நடத்திக் கொண்டிருக்கும் உயர்ந்த கலைப் படைப்பு இது ஆகும்.

கூத்தப்பெருமான் துடி (மருகல்கம்) ஏந்தியகை ஆக்கல் செயலையும் அருட்கரம் (அபயம்) காத்தல் தொழிலையும் ஆற்றுகின்றன. தீச்சுடர் ஏந்திய (அக்னி) அழித்தல் தொழிலையும், ஊன்றிய திருவடி மறைத்தல் தொழிலையும், உயர்த்திய திருவடி அருளல் தொழிலையும் செய்வதாக மெய்ம்மர்கள் (தத்துவ வியலாளர்கள்) கூறுவர்.

ஆனந்தத் தாண்டவக் காட்சியில் இறைவன் வலது காலை மடக்கி முயலகன் மீது ஊன்றியும் இடது காலை மடித்து உயர்த்திய நிலையிலும் இருப்பார். இவருக்கு நான்கு கரங்கள் உண்டு. வலது தன் கரம் காக்கும் (அபயம்) நளிநயத்தோடும் கூடுதல் கரம் துடியைப் பற்றியவாறும் அமையும். இடது கரம் இடது தூக்கிய திருவடியை நோக்கியவாறு வீசிய நிலையிலும் கூடுதல் கரம் அனலை (அக்னி) ஏந்தியவாறும் அமையும்.

2. சந்தியா தாண்டவம்

சந்தியா தாண்டவம் என்னும் பெயரிலேயே இத்தாண்டவம் மாலையில் ஆடிய தாண்டவம் என அறிய முடிகிறது. இத்தாண்டவக் காட்சி காத்தல் செயலை குறிப்பதாக அறிஞர்கள் கூறுகின்றனர். இத்தாண்டவத்திற்குக் கௌரி தாண்டவம், ரக்ஷா தாண்டவம், புஜங்கலலிதம், புஜர்கஸ்திரம் என்றும் பெயர்கள் உண்டு எனக் கூறுவர்.

இங்கு வரையப்பட்டுள்ள படம் இடது காலைச் சற்றே வளைத்து ஊன்றி வலது காலின் கட்டை விரல் நிலத்தில் குத்திட்டு ஆடும் காட்சியாகும். வலது தன்கரம் காக்கும் கரமாகவும், மேற்கரம் துடியைப் பற்றியும் இடது தன் கரம் மயிற்பீலியினைப் பற்றியும் மேற்கரம் ஏதுமில்லை (விஸ்மயம்) என்பதுபோல் வரையப்பட்டுள்ளது.

சந்தியா தாண்டவச் சிற்பங்கள் பல திறத்தன. தமிழ் இந்தியாவின் பல பகுதிகளில் சந்தியா தாண்டவச் சிற்பங்கள் ஏராளம் உள்ளன. மராட்டிய மாநில எலிபண்டா பதிவு சிற்பம் உலகப் புகழ் பெற்றது.

3. உமா தாண்டவம்

உமா தாண்டவம் என்பது ஆறு கரங்கள் கொண்டதாகும். வலது தன் கரம் முதல் காக்கும் கரம் சூலம் துடி ஆகியனவற்றைப் பற்றியும் இடது தன் கரம் முதல் வீசுகரம், கபாலம், விஸ்மய நளிநயத்தோடு அமைப்பர். இச்சிற்பமும் பல்வேறு இடங்களில் பல்வேறு முறைகளில் செதுக்கப்பட்டுள்ளன.

4. கௌரி தாண்டவம்

ஆனந்தத் தாண்டவம் போன்றே கால்களை அமைத்து வலது தன் கரம் காக்கும் கரமாகவும் மேற்கரம் துடி பிடித்தும், இடது தன் கரம் அரவத்தை (பாம்பு)ப் பற்றியும் மேற்கரம் அனல் ஏந்தியும் இருப்பார்.

ஆடும் இறைவனின் இடதுபுறம் உமை நின்றிருக்க வலதுபுறம் நந்தி மத்தளம் வாசித்துக் கொண்டிருப்பதாக இக்காட்சி அமையும். ஏனைய சிற்பங்கள் போன்றே இத்தாண்டவமும் பல்வேறு இடங்களில் பல்வேறு பாவங்களில் செய்யப்பட்டுள்ளன.

5. காளிகா தாண்டவம்

இடது காலை வளைத்து ஊன்றி வலது காலை உச்சி வரை உயர்த்திக் காட்சியளிப்பவர். இவருக்கு கரங்கள் 8. வலது தன் கரம் முதல் காக்கும் கரம், சூலம், கயிறு, துடி பற்றியும் இடது தன் கரம் வீசிய நிலையிலும் பிற கரங்களில் மண்டையோடு (கபாலம்) மணி, அனல் ஏந்தியிருப்பவர். இச்சிற்பமும் பல்வேறு இடங்களில் பல்வேறு மாற்றங்களுடன் அமைக்கப்பட்டுள்ளது. காளிகா தாண்டவத்தை சிலர் காளி தாண்டவம் என்றும் கூறுவர். காளி தாண்டவம் வேறு.

6. திரிபுர தாண்டவம்

முந்தைய தாண்டவம் போன்றே நின்று 16 கரங்களுடன் காட்சி அளிப்பவர். இவரின் இடதுபுறம் உமையும் வலதுபுறம் கந்தனும் இவரது ஆடலைக் காணுகின்றனர்.

வலது தன் கரம் முதல் காக்கும் கரம், அரவம், தடி, கோடாரி, கயிறு, சூலம், இருதலை சூலம், துடி ஆகியவற்றைப் பற்றியும் இடது தன் கரம் முதல் வீசு கரம், வழங்கு கரம் (வரதம்) மண்டையோடு (கபாலம்) மணி, கேடயம், கொடி, சுவடி அனல் ஏந்திக் காட்சியளிப்பவர். இவரை திரிபுராந்தகர் சிற்பமாக பல்வேறு வடிவங்களில் அமைப்பர். தஞ்சை பெரிய கோயில் விமானத்தில் பல்வேறு விதமான திரிபுராந்தகர் சிற்பங்கள் உண்டு.

7. சம்கார தாண்டவம்

இடது காலை வளைத்து ஊன்றி, வலது காலை உச்சி வரை உயர்த்தி எட்டுக் கரங்களுடன் காட்சியளிப்பவர்.

வலது தன் கரம் முதல் காக்கும் கரம், சூலம், கயிறு, துடி ஆகியவற்றோடும், இடது தன் கரத்தை உடலுக்குக் குறுக்காக வீசிப் பிற கரங்களில் மண்டையோடு ஏதுமற்ற நிலை (விஸ்மயம்) அனல் ஏந்திக் காட்சியளிப்பவர். இவரை 16 கரங்களுடனும் அமைப்பர்.

இவ்வேழும் 7 வகை தாண்டவம் என்றாலும் மேலும் சில சிற்பங்களைச் சிற்பிகள் தாண்டவங்கள் என்றே கூறுகின்றனர். அவற்றுள் சில இங்கே படமாக...

இந்த நூலில் எழுவகை தாண்டவப் படங்கள் எழுதப் பெற்றுள்ளன. இப்படங்களுக்கும் தாண்டவப் பாடல்களுக்கும் (ஸ்லோகங்களுக்கும்) சிற்சில வேறுபாடுகள் உள்ளன. 7 வகை தாண்டவங்கள் பல்வேறு சிற்பங்கள் பல்வேறு காலங்களில் அவரவர்க்கு புலம (சாத்திர) அறிவு, கலை அறிவு, கற்பனை ஊற்றுக் கொண்டு பல்வேறு விதமாக சித்தரித்துள்ளனர்.

இங்கு காணப்படும் வரைபடங்கள் அவற்றுள் சிலவேயாகும். முப்புரம் எரித்த சிவனார் சிற்பங்கள் பலநூறு விதங்களில் சிற்பிகள் ஆக்கியுள்ளனர். அதேபோல் அரவத்துடன் ஆடும் (புஜங்கலலிதம்) சிவனாரின் சிற்பங்கள் நம் நாடு முழுவதும் பல்வேறு வடிவங்களில் செதுக்கப் பெற்றுள்ளன.

இது மட்டுமின்றிச் சிவனாரின் யானை வீழ்த்திய பிரான் (கஜசம்கார மூர்தம்) காலனை வென்ற சிவன் (கால சம்ஹார மூர்த்தம்) போன்ற சிற்பங்களும் ஆடல் நிலைகளிலே சிற்பிகளால் உருவாக்கப் பட்டுள்ளன. இதுபோல் மேலும் சில ஆடல்வகையான காட்சிகளும் நமது நாட்டுக் கோயில்களில் காணலாம்.

ஆடல் வல்லான் என்றதுமே நமக்குத் தோன்றுவது சிவனாரின் நாட்டிய காட்சிகள்தான். சைவம் நாட்டியக் கலையை ஊக்குவித்ததால் இக்கலை பெரிதும் வளர்ச்சியடைந்தது. எனவே சைவ சமயச் சிற்பங்களாகவே கருதுகின்றோம். சாக்த சமயத்தில் காளி ஆடும் தாண்டவங்கள் சில உள்ளன. நாட்டியமாடும் கலைமகள் (சரஸ்வதி) சிற்பங்களும் உண்டு. காண பத்தியத்தில் ஆடும் பிள்ளையார் (நிருத்த கணபதி) சிற்பங்கள் பல கோயில்களில் உண்டு. மாலியத்தில் குழந்தைக் கண்ணன் ஐந்தலை அரவத்தின் தலை மீது நின்றாடும் காட்சியும் உண்டு (காளிங்கநர்த்தனம்) மட்டுமின்றி சிவனாரைப் போலவே திருமால் நடனமாடும் சிற்பம் திருப்பதி கோயில் தூணில் செதுக்கப் பெற்றுள்ளது. இச்சிற்பம் மிகப் பிற்காலம் என்றாலும் திருமாலையும் ஆடல் வல்லானாகக் காட்ட முயற்சி மேற்கொள்ளப் பட்டிருக்கிறது என்பதை அறியலாம்.

தஞ்சைப் பெரிய கோயிலில் உள்ள தாண்டவச் சிற்பங்கள் தலபுஷ்புடம் முதல் 81 கரணமாகிய சர்பிதம் வரை செதுக்கப்பட்டுள்ளது. அவற்றினும் பல

முடிவடையாத அறைகுறைச் சிற்பங்களாக உள்ளன. மீதமுள்ள 17 சிற்பங்கள் வடிப்பதற்காக கல் முகப்புகள் அப்படியே உள்ளன.

108 ஆடலியக்கங்களின் தலைப்புகளிலேயே அதன் குறியீடுகள் வெளிப்படையாக அறிய முடிகிறது. இருப்பினும் 1 முதல் 108 தலைப்பின் குறியீடுகள் சில கொடுத்துள்ளேன்.

இயக்கக் குறியீடுகள் 1. கை, 2. கொடி, 3. தொடை, 4. கை, 5. கால், 6. மார்பு, 7. கை, 8. கை, கால், 9. கால், 10. கால், 11. இடுப்பு, 12. கை, 13. மார்பு, 14. மெய்பாடு, 15. கை, கால், 16. பின்புறம், 17. கால், 18. கால், 19. இடுப்பு, 20. கை, 21. கை, கால், 22. கால், 23. மெய்பாடு, 24. மெய்பாடு, 25. கால், 26. கால், 27. கால், கை, 28. கால், கை, 29. கை, 30. கால், 31. சுழல், 32. கழல், 33. இயக்கம், 34. கால், 35. மெய்பாடு, 36. கால், 37. கால், 38. இயக்கம், 39. கால், 40. கால், 41. கால், 42. இயக்கம், 43. சுழல், 44. இயக்கம், 45. இருகை, 46. இயக்கம், 47. வடிவம், 48. கை, கால், 49. பக்கம், 50. கால், 51. இயக்கம், 52. வடிவம், 53. வடிவம், 54. மார்பு, 55. கால் கை, 56. கால், 57. இயக்கம், 58. கால் கை, 59. இயக்கம், 60. கால், 61. இயக்கம் (சுழல்), 62. சுழல், 63. கால், 64. நிலை, 65. இயக்கம், 66. கால், 67. இயக்கம், 68. கால் கை, 69. கால் கை, 70. கால் கை, 71. கை, 72. சுழல், 73. கால், 74. இயக்கம், 75. கை, 76. கால், 77. கால், 78. கால், 79. கால், 80. வடிவம், 81. வடிவம், 82. கால், 83. இயக்கம், 84. கால், 85. பின்புறம், 86. இயக்கம், 87. கை, 88. இயக்கம், 89. இயக்கம், 90. இயக்கம், 91. சுழல், 92. கை கால், 93. கை, 94. கால், 95. கை, 96. மார்பு, 97. இயக்கம், 98. தொடை, 99. மெய்பாடு, 100. கால், 101. கால், 102. கை, கால், 103. பக்கம், 104. இயக்கம், 105. சுழல், 106. இயக்கம், 107. வடிவம், 108. வடிவம். இதைக் கொண்டே ஆடலியக்கத்தை அறிந்து கொள்ளலாம்.

இதுவரை சிவனார் ஆடிய தாண்டவங்களையும் கரணங்களையும் கண்டோம். ஆடல் இறைவன் என்றாலே சிவனுக்கே மிக சிறப்பாகும்.

சைவம் நீங்கலாக நமது நாட்டில் வைணவம் சாக்தம், காணபத்தியம் போன்ற பிற சமயங்களிலும் சிவ ஆடல் காட்சிகள் காண்கின்றோம். சாக்த வடிவங்கள் பல நாட்டிய கோலத்தில் காணக் கிடக்கின்றன. அதிலும் குறிப்பாகக் காளியின் நாட்டிய சிற்பங்கள் பலதிறத்தன.

வைணவத்தில் குழந்தை கண்ணன் (பாலகிருஷ்ணன்) ஐந்தலை அரவத்தின் தலை மீது நடமாடிய சிற்பங்கள் ஏராளம் உண்டு. உலகளந்த பெருமாளின் தோற்றமும் கூட நாட்டியத் தோற்றமே ஆகும். அதுபோல்

குழலூதும் கண்ணனின் சிற்பமும் நாட்டியத் தோற்றத்தையே தரும். ஆனால் இவ்வகை ஆடல்களை யாரும் பொருட்படுத்துவதில்லை.

திருமலையில் உள்ள முன் மண்டபத் தூண் ஒன்றில் திருமால் சிவன் கால் மாறிய தாண்டவம் போல் ஒரு சிற்பம் உள்ளது. இடது கையை வீசி வலது தன் கரத்தில் வழங்கு (வரதம்) நளிநயம் கொண்டு மேற்கரங்களில் சங்கு, ஆழி ஆகியவற்றை தாங்கி ஆடும் இச்சிற்பம் பலரது கண்களில் படவில்லை. இச்சிற்பம் குறித்து அங்குள்ள பட்டாச்சாரியார்களுக்கும்கூட தெரியாது என்று தோன்றுகிறது.

அப்படித் தெரிந்திருந்தால் இந்தக் காட்சியை ஏதாவது ஒரு புராண கதைகளில் குறிப்பிட்டுச் சிறப்பித்திருப்பர். தற்சமயம் பக்தர்கள் வேங்கடவனை காண மிகப்பெரிய வரிசைகள் தேவைப்படுவதால் வேலி அமைத்திருப்பதால் இப்படி ஒரு சிற்பம் இருப்பது யாரும் அறிய முடியாமல் போனது.

காணபத்தியத்தில் 32 கணபதிகளைச் சிற்ப நூல்கள் கூறுகின்றன. அதில் ஒரு கணபதி நிருத்த கணபதியாகும். பொதுவாக சைவக் கோயில்களில் அர்த்தமண்டப வெளிச்சுவரில் அமையும் அறையில் தெற்கு நோக்கி இச்சிற்பத்தை அமைப்பர்.

ஆய கலைகள் 64க்கும் தாய் கலைமகள். கலைமகள் நாட்டியமாடுவதாக பல இடங்களில் சிற்பங்கள் உண்டு. இச்சிற்பங்கள் பெரும்பாலும் இடது காலை மடித்து ஊன்றி வலது காலை மடித்து உயர்த்தி (தவக்கோலம்போல்) இடது கரம் வீணை பற்றியும் வலது கரம் வீணையை மீட்டும் விதமாகவும் மேற்கரங்களில் அக்கமணிமாலை, செம்பு (கிண்டி) பற்றியவாறு அமையும் வேறு சில தோற்றங்களும் உண்டு. ஓவியப் புலவர் சில்பி வரைந்த நெல்லை கலைமகள் சிற்பமும் இங்கே பதிவு செய்யப்பட்டுள்ளது.

விஜய நகர பேரரசின் ஆட்சிக் காலத்தில் தென் பாண்டிய நாட்டில் ஏராளமான கோயில்கள் விரிவுபடுத்தப்பட்டன. அதேபோல் கொங்கு நாட்டிலும் பல பெருங்கோயில்கள் எழுந்தன. இக்கோயில்களில் ஏராளமான சிற்பங்கள் ஆடல் கலைச் சிறப்புடன் வடிக்கப்பட்டுள்ளன. வீரபத்திரன் முதல் குறவன் குறத்தி சிற்பங்கள் வரை ஆடல் வடிவில் ஏராளமான சிற்பங்கள் உள்ளன. இது குறித்து எழுத முனைந்தால் அதுவே ஒரு புத்தகமாகும். எனவே விரிவஞ்சி இத்துடன் நிறைவு செய்கிறேன்.

❋

கால் மாறிய தாண்டவம்

கால சம்ஹார மூர்த்தி

கஜ சம்ஹார மூர்த்தி

சதுர தாண்டவம்

சதுர தாண்டவம் சதுர தாண்டவம்
(மற்றொரு வகை)

சதுர தாண்டவம்
(பிரிதொரு வகை)

சங்கார தாண்டவம்

ஐந்தலை அரவத்தின் மீது ஆடும் கண்ணன்

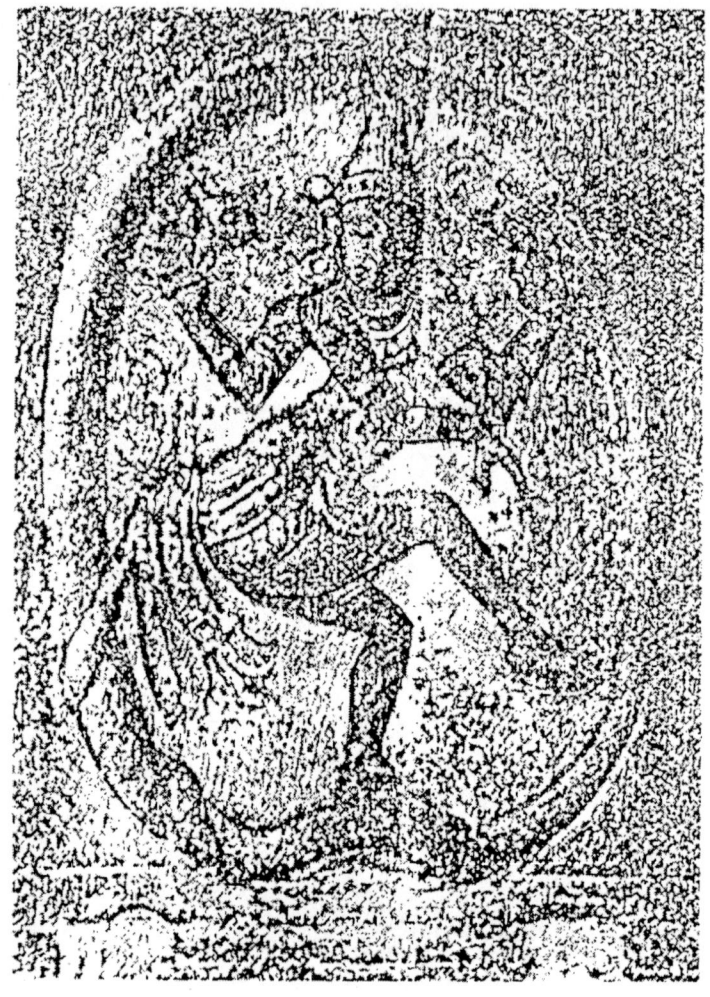

ஆடும் திருமால்
(திருமலை கோயில் மண்டப தூணில் அமைந்த சிற்பம்)

நாட்டிய கலைவாணி

நிருத்த கணபதி